భారతదేశ చరిత్ర

వి. సాయిప్రకాష్

లక్ష్మీ శ్రీనివాస

హైదరాబాద్

భారతదేశ చరిత్ర

వి. సాయిప్రకాష్

ప్రథమ ముద్రణ 2021

వెల. రూ. 225-00

లక్ష్మీ శ్రీనివాసా పబ్లికేషన్స్
56, ఆర్.టి.సి. కాలని,
హయాత్‌నగర్, హైదరాబాద్ 501 505
ఫోన్ నెం: 9848813249
E mail: lspknr@yahoo.in (or)
lakshmisreenivasapublications@yahoo.in
www.telugubookworld.com

కవర్ డిజైన్

కమల్

విషయ సూచిక

ప్రాచీన భారతదేశ చరిత్ర

పాతరాతి యుగం	5
సింధు నాగరికత	8
వేద సంస్కృతి	11
సంగమ యుగము	15
జైన-బౌద్ధ మత ఉద్యమములు	16
జైన మతము	20
షోడశ మహాజన పదాలు	23
మౌర్య సామ్రాజ్యము	24
శృంగులు	28
విదేశీ రాజ్యాలు 1) యవనులు 2) శకులు 3) కుషానులు	29
శాతవాహనులు	32
ఇక్ష్వాకులు	34
చుకుటుల రాజులు	35
వాకాటకులు, ప్రాచీన పల్లవులు	36
ప్రాచీన తమిళ రాజ్యములు	39
గుప్త సామ్రాజ్యము	40
హూణులు	45
పుష్యభూతి వంశము	46
చాళుక్యులు	48
ప్రతీహారులు, గహద్వాలులు	49
చౌహానులు	50
రాష్ట్రకూటులు	52
నవీన చోళులు	55
ముస్లిం రాజ్యాలు	57
యాదవ రాజులు	65
హోయసాలులు	67
కాకతీయులు	68
ముసునూరి నాయకులు, రెడ్డి రాజులు	70

3

విజయనగర సామ్రాజ్యము 71

బహమనీ రాజ్యము 76

భారత సంస్కృతి 78

మధ్యయుగము

మొఘలాయి యుగము 80

సిక్కులు 95

మహారాష్ట్రులు 96

పోర్చుగీసువారు 99

బెంగాల్ యుద్ధాలు 101

ఆంగ్ల-మహారాష్ట్రుల యుద్ధములు 103

ఆంగ్ల-మైసూర్ యుద్ధములు 105

హైదరాబాద్ 107

బ్రిటిష్‌వారు రాక పూర్వము భారతదేశ ఆర్థిక పరిస్థితి 109

బ్రిటిష్ వారు వచ్చిన తరువాత 109

కంపెనీ ప్రభుత్వము 113

కంపెనీ పాలన - భారతదేశ స్థితి 114

ఆంగ్లేయ - సరిహద్దు ప్రాంతములు 119

ఆధునిక యుగము

1857 తిరుగుబాటు 124

బ్రిటిష్‌వారి కాలములో మరికొన్ని తిరుగుబాటులు 128

ముఖ్యమైన చరిత్ర గలిగిన ప్రదేశములు 173

రచనలు 186

ముఖ్యమైన యుద్ధములు 192

ముఖ్యమైన మత, సాంఘిక కార్యకలాపాలు 195

ముఖ్యమైన పరిపాలనాధికారులు 202

బిరుదులు 206

ముఖ్యమైన కట్టడాలు 209

ఆధునిక నాయకులు - రచనలు 211

మత ప్రచారకులు 212

4

ప్రాచీన భారతదేశ చరిత్ర

పాతరాతి యుగము

1. భారతదేశంలో ప్రథమంగా ఆదిమానవుని ఉనికి, చిహ్నాలు ఎక్కడ లభించినాయి?

జ. **సివాలిక్ కొండల ప్రాంతములో**

2. శిలాయుగమును ఎన్ని రకములుగా విభజించినారు?

జ. **నాలుగు రకాలుగా 1) ప్రాచీన శిలాయుగము 2) మధ్య శిలాయుగము 3) నవీన శిలాయుగము 4) లోహయుగము**

3. ప్రాచీన శిలాయుగంలో మానవుడు పనిముట్లను దేనితో తయారుచేసుకొన్నాడు?

జ. **చెకుముకి రాళ్ళతో** (Quartazite)

4. పాతరాతియుగం పని ముట్లతోబాటు కొయ్య దువ్వెన లభించిన ప్రాంతం?

జ. **గుంతకల్లు**

5. ప్రాచీన శిలాయుగములో మృత కళేబరాన్ని ఏమి చేసేవారు?

జ. **ప్రకృతికే వదలివేసినారు**

6. ఈ కాలములో ఏ ప్రాంతపు గుహలలో జంతు వర్ణ చిత్రాలు లభించినవి?

జ. **కర్నూలు మరియు రాయఘర్‌లోని సింగన్‌పూర్ గుహలలో**

7. ఆనాటి యుగపు మానవులు ఏ జాతికి చెందినవారు అని చరిత్రకారులు అభిప్రాయపడుతున్నారు?

జ. **నీగ్రో జాతికి చెందినవారు అని**

8. మధ్య శిలాయుగాన్ని సూక్ష్మశిలాయుగము అని ఎందుకు పిలుస్తారు?

జ. **ఈ యుగపు పనిముట్లు చాలా చిన్నవి**

9. పనిముట్లను ఏయే పిడులతో బిగించి ఉపయోగించేవారు?

జ. **ఎముకలతోగాని, కొయ్యతో గాని**

10. మధ్య శిలాయుగపు మానవుని ముఖ్యవృత్తి?

జ. **వేట**

11. ఈ యుగములో మానవుడు ఏయే జంతువులను పెంచినాడు?

జ. **పశువులు, కుక్కలు, పందులు**

12. ఎటువంటి ఆభరణాలు ధరించినాడు?

జ. **గవ్వలతో, పూసలతో తయారయినవి**

13. ఏ యుగములో మతము ప్రారంభమైనది అని భావిస్తున్నారు?

జ. **మధ్య శిలాయుగములో**

14. ఈ యుగములోని మానవునకు ఏ దేశపు మానవునకు దగ్గర పోలికలు ఉన్నాయి అని భావిస్తున్నారు?

జ. **ఈజిప్టులోని హెమెటిక్ జాతి మానవునికి**

15. ఏ యుగములో మానవుడు సంచార జీవనాన్ని వదలి స్థిరపడినాడు?

జ. **నవీన శిలా యుగములో**

16. ఈ నవీన శిలా యుగము ఎప్పటి నుండి ప్రారంభమైనది అని భావిస్తున్నారు?

జ. **క్రీ.పూ. 10,000 నుండి 5,000 వరకు**

17. ఈ కాలములోని మానవుని ముఖ్య వృత్తి?

జ. **వ్యవసాయం**

18. లోహయుగ ప్రాథమిక దశని?

జ. **తామ్ర-శిలా యుగము అనియందురు**

19. ఏ లోహములతో పనిముట్లు తయారు చేయడం నేర్చుకొన్నాడు?

జ. **రాగి మరియు కంచు లోహములతో**

20. లోహ యుగమున చీలిలో లభించిన కుండలకు మరియు ఏ దేశపు కుండలకు సామ్యం కనబడుతున్నది?

జ. **ఇరాక్ దేశములో లభించిన కుండలకు**

21. లోహ యుగము ఎప్పటి నుండి ప్రారంభమైనది అని భావిస్తున్నారు?

జ. **క్రీ.పూ. 1600 నుండి క్రీ.పూ. 1000 వరకు**

22. ఇనుము ప్రసక్తి మొదటిగా ఎందులో కన్పిస్తుంది?

జ. **ఋగ్వేదంలో**

23. ఇనుమును మన దేశానికి ఎవరు తెచ్చినారు అని భావిస్తున్నారు?

జ. **ఆర్యులు**

24. భారతదేశములోని జాతులు ఎన్ని?

జ. **ఆరు : 1) నీగ్రిటోలు 2) ప్రాటో ఆస్ట్రోలాయిడ్ 3) మంగోలాయిడ్ 4) మెడిటరేనియన్ 5) పశ్చిమ బ్రాక్ సిథర్ 6) నార్డిక్**

25. ఏ ఆధారముగా జాతులను విభజించినారు?

జ. **1) తలనిడివి 2) ముక్కు తీరు 3) దేహవర్ణమును బట్టి**

26. జాతి నిర్ణయంలో దేనికి ప్రత్యేక స్థానము గలదు?

జ. **భాషకు**

27. ఎన్ని భాషా కుటుంబాలు కలవు?

 జ. **నాల్గు 1) ఆస్ట్రిక్ 2) టిబెట్-చైనీస్ 3) ద్రవిడియన్ 4) ఇండో-యూరోపియన్**

28. భారతదేశములో మొదట నివసించిన ప్రజలు ఎవరు?

 జ. **నీగ్రిటోలు**

29. నీగ్రిటో సంతతి ఆంధ్ర ప్రాంతములో ఏ జాతిగా గుర్తించినారు?

 జ. **ఏనాదులు**

30. వీరు ఆఫ్రికా నుండి ఏఏ దేశాల మీదుగా భారతదేశాన్ని చేరుకున్నారు?

 జ. **అరేబియా, ఇరాన్, బెలూచిస్తాన్ మీదుగా**

31. పశ్చిమ ఆసియా ప్రాంతముల నుండి భారతదేశములోనికి వచ్చిన జాతి?

 జ. **ప్రాటో ఆస్ట్రోలాయిడ్**

32. మన దేశములో వ్యవసాయమును ప్రారంభించిన వారు ఎవరు?

జ. **ప్రాటో ఆస్ట్రోలాయిడ్**

33. ఆస్ట్రోలాయిడ్ భాషలు ఏవి?

 జ. **1) కోలేరియన్ 2) ముండారి 3) కుర్కు**

34. ఆస్ట్రోలాయిడ్‌లతో ప్రారంభమైనది?

 జ. **మాతృ దేవతారాధన**

35. మెడిటరేనియన్ జాతులలోని వారు ఎవరు?

 జ. **ద్రవిడియన్‌లు**

36. ద్రావిడములో భాషలు ఎన్ని?

 జ. **1) తెలుగు 2) తమిళం 3) కన్నడం 4) మళయాళం**

37. నార్డిక్ జాతీయులను ఏమని పిలుస్తారు?

 జ. **ఇండో ఆర్యన్‌లు అని పిలుస్తారు**

38. వీరు ఏ సంవత్సరములో భారతదేశములో ప్రవేశించినారు?

జ. **క్రీ.పూ. 2500 సం॥లో**

39. ఈ జాతి వారు ప్రస్తుతం ఏ జాతిలో కనబడుతున్నారు?

 జ. **మహారాష్ట్రలోని చిత్పవన్ అనే బ్రాహ్మణులలో కనబడుతారు.**

40. మన దేశమునకు వచ్చి స్థిరపడిన కడపటి విదేశీయులు?

జ. **మంగోలాయిడ్**

41. వీరు భారతదేశానికి ఏ ప్రాంతము నుండి వచ్చినారు?

 జ. **ఈశాన్య కనుమల ద్వారా ప్రవేశించినారు.**

42. ఏ పద్ధతి ద్వారా వస్తువు కాలమును నిర్ణయిస్తారు?

జ. **రేడియో కార్బన్ పద్ధతి ద్వారా**

43. బ్రహ్మి లిపి ఏ విధముగా వ్రాస్తారు?

జ. **ఎడమనుండి కుడికి**

44. ఖరోష్ఠి లిపిని ఏ విధముగా వ్రాయుదురు?

జ. **కుడి నుండి ఎడమకు**

45. సింధు నాగరికత కాలము?

జ. **క్రీ.పూ. 2500 నుండి క్రీ.పూ. 3000 ల వరకు**

46. సింధు నాగరికతలో ఎన్ని స్థలములు గుర్తించబడినవి?

జ. **250 స్థలములు**

47. మొహంజోదారో ఎక్కడ బయల్పడినది?

జ. **సింధునది కుడి ప్రక్క ఒడ్డున**

48. హరప్పా ఎక్కడ బయల్పడినది?

జ. **రావినది ఎడమ ప్రక్క ఒడ్డునున్న తూర్పు పంజాబులో**

49. లోథాల్ ఎక్కడ కనుగోన్నారు?

జ. **గుజరాత్‌లో**

50. హరప్పా పట్టణమును 1921లో కనుగొన్నది ఎవరు?

జ. **దయరామ్ సహానీ**

51. ఆర్.డి. బెనర్జీ 1931లో కనుగొన్న ప్రాంతము?

జ. **మొహంజోదారో**

52. చాన్హుదారోను 1935లో కనుగొన్నవారు ఎవరు?

జ. **యం.జి. ముజంధార్**

53. 1954లో కనుగొన్న ప్రాంతము?

జ. **లోథాల్, యస్.ఆర్. రావ్ కనుగొన్నారు**

54. మొహంజోదారో అనగా?

జ. **మృతుల పురము లేదా దిబ్బ**

55. మొహంజోదారో మరియు హరప్పా నాగరికత?

జ. **పట్టణ నాగరికత**

56. సింధు నాగరికత భవనాలు ఎన్ని విధాలుగా విభజించవచ్చును?

 జ. **3 రకములుగా 1) నివాస గృహాలు 2) పెద్ద భవనాలు 3) పౌర నిర్మాణాలు**

57. మొహంజోదారోలో ఎన్ని నగరాలు బయల్పడినవి?

 జ. **ఏడు నగరాలు బయల్పడినవి**

58. ఆనాటి పల్లె పునాదులు ఎక్కడ కన్పిస్తాయి?

 జ. **సింధు నదికి కిర్తార్ పర్వతాల నడుమ**

59. ఆనాటి ముఖ్యమైన రేవు పట్టణము?

 జ. **లోథాల్**

60. మొహంజోదారోలో ముఖ్యమైన కట్టడము?

 జ. **స్నానవాటిక**

61. స్నానవాటిక నేలకు కాల్చిన ఇటుకలు పేర్చి వాటి మధ్యలో కూర్చినది?

 జ. **జిప్సం**

62. హరప్పా నగరములో ఎన్ని ధాన్యాగారములు బయల్పడినవి?

 జ. **ఆరు**

63. అనేక స్థంభములు కల్గిన భవనమును దేనికి ఉపయోగించినట్లు భావిస్తున్నారు?

 జ. **పరిపాలన కొరకు**

64. సింధు నాగరికత యొక్క విశిష్ట లక్షణములు?

 జ. **మురుగునీటి కాలువలు**

65. వీరి ఇండ్ల నిర్మాణము ఏ విధముగా చేసుకొన్నారు?

 జ. **కాల్చిన ఇటుకలతో**

66. సిరాబుడ్డిగా భావించబడుతున్న పరికరము ఎక్కడ లభించింది.

జ. **చాన్హుదారో**

67. బియ్యమును వాడినట్లు గుర్తుగా ''ఊక'' ఎక్కడ కన్పించింది?

జ. **రంగపూర్‌లో**

68. సింధు ప్రజలకు మరొక ఓడరేవుగా భావించబడుతున్నది.

జ. **సుకాటోడో**

69. సింధు ప్రజల ముఖ్యమైన పంట?

 జ. **గోధుమ, బార్లీ**

70. సింధు ప్రజలు రాగిని ఎక్కడ నుండి దిగుమతి చేసుకొనేవారు?

 జ. **రాజస్థాన్ నుండి**

71. తూపార్‌ను ఏ నది పరివాహక ప్రాంతంలో కనుగొన్నారు?

జ. **సట్లెజ్ నదీ ప్రాంతములో**

72. ప్రస్తుతము ఆధునిక గుజరాత్‌లో ఉన్న సింధు ప్రాంతములు?

జ. **1) లోథాల్ 2) రంగపూర్ 3) భాగవత్**

73. ఆనాటి సింధు ప్రజల ముఖ్యమైన ఎగుమతులు?

జ. **నూలు, మట్టి బొమ్మలు, పాత్రలు**

74. సింధు ప్రజల ఆరాధ్య దైవము అయిన పశుపతి చుట్టు ఉన్న జంతువులలో లేనిది ఏది?

జ. **సింహము**

75. ఏ పదార్ధముచే సింధు ప్రజలు నాణెమును తయారు చేసినారు?

జ. **సటిటైట్**

76. సింధు ప్రజల వస్త్రములు దేనితో తయారు చేయబడినవి?

జ. **నూలు మరియు ఉన్ని**

77. ఆనాటి స్త్రీలు అధరాలకు రంగులు వేసే పరికరాలు ఏ శిథిలాలలో లభించినవి?

జ. **చాన్హుదారో**

78. ఆనాటి ప్రజల ముఖ్యమైన వినోదము ఏది?

జ. **చంద్రశిలాలు, బంతులు, చదరంగపు పాచికలు**

79. ఆనాడు ముఖ్యమైన వాహనము ఏది.

జ. **ఎద్దు బండి**

80. సింధు ప్రజల నాణెములలో ఎక్కువగా కనబడు జంతువు?

జ. **మొపురం లేని ఎద్దు**

81. సింధు ప్రజల ముఖ్యమైన దేవత?

జ. **అమ్మతల్లి**

82. పురుష దేవతలో ముఖ్యమైనవాడు?

జ. **పశుపతి (శివుడు)**

83. సింధు లిపి ఎన్ని గుర్తులు బయల్పడినవి?

జ. **400లు**

84. హరప్పా స్త్రీల శిరోజాలంకరణ పద్ధతికి ఏ దేశ స్త్రీ సన్నిహితమైనది?

జ. **సుమేరియా**

85. సింధు నాగరికత నశించడానికి ముఖ్య కారణముగా భావిస్తున్నది ఏది?

జ. **వరదలే నగరాల నిర్మూలనకు కారణము**

86. ఏ వేదములో ''హరియాపియము'' వద్ద వృచివంతులను ఆర్యులు ఓడించినట్లు తెల్పుతుంది?

జ. **ఋగ్వేదంలో**

87. ఆసియా మైనర్ ప్రజలు ఏ దేవతను ఆరాధించేవారు?

జ. **'మా' అనే దేవతను ఆరాధించేవారు**

88. బెలూచిస్థాన్‌లో నేటికి ఉన్న భాష ''బ్రాహూయి'' ఏ భాషకు దగ్గర సంబంధము కలదు?

జ. **ద్రావిడ భాషకు**

89. తమిళుల ప్రాచీన గ్రంథము?

జ. **మణిమేఖల**

90. మణిమేఖల అనగా?

జ. **ఒడ్డాణము**

91. శిల్పాధికారము అనే ప్రాచీన గ్రంథానికి అర్థము ఏమిటి?

జ. **ప్రతివ్రత కాలి అందె**

92. ద్రావిడుల ప్రధాన దైవము?

జ. **శివుడు**

93. తమిళములో ''శివుడు'' అనే మాటకు అర్థము ఏమిటి?

జ. **ఎర్రనివాడు**

94. తమిళములో కోయిలలు అనగా నేమి?

జ. **కో-దేవుడు, ఇల్-ఇల్లు (గుడి) అని అర్థము**

95. భగవత్ ప్రసాదము అరగించే ఆచారము ఎవరిది?

జ. **ద్రావిడులది**

96. ఆలయములో దేవదాసి ఆచారము ఎవరి కాలములో మొదలు అయినది?

జ. **ద్రావిడుల కాలములో**

వేద సంస్కృతి

97. ఆర్యుల ప్రథమ నాగరికత ఎటువంటిది?

జ. **గ్రామీణ నాగరికత**

98. ప్రపంచములోని భాషలు ఎన్ని వర్గాలు?

జ. **2 వర్గాలు 1) సెంతుమ్ 2) కెతుమ్**

99. ఐరోపాలోని భాషలు అన్నిటిని ఏమని పిలుస్తారు?

జ. కెతుమ్ వర్గముగా

100. కెతుమ్ వర్గములోని భాషలు ఎన్ని?

జ. మూడు 1) సంస్కృతము 2) పారశీక 3) తురక

101. రథఘోదన గురించి ఏ భాషలో విరచతమైన గ్రంథము లభించినది?

జ. ఇండో-ఇరేనియన్ భాషలో

102. సుమారు ఋగ్వేద రచన ఎప్పుడు ప్రారంభమైనది?

జ. క్రీ.పూ. 3000 సం။లో

103. భారతదేశములో ఆర్యులు ప్రవేశించిన కాలము దేనిపై ఆధారపడియున్నది?

జ. ఋగ్వేద రచన కాలముపై

104. ఏ భాగములు ఆర్య సంస్కృతిని పరిణామంలో వేరు వేరు దశలు సూచిస్తాయి?

జ. సంహిత ప్రాచీన భాగము

105. ఋగ్వేదములో ఎన్ని మంత్రాలు కల్గియున్నది?

జ. '1071'. దీనిని 10 మండలాలుగా విభజించినారు

106. కృష్ణ, శుక్ల అను భాగములు కల్గిన వేదము ఏది?

జ. యజుర్వేదం

107. యజుర్వేదం ఎవరికి ఆధార గ్రంథము?

జ. క్రతువులు నెరవేర్చే ఆధ్వర్య పురోహితులకు

108. శ్రావ్యమైన స్వర కల్పనలు కల్గిన వేదము ఏది?

జ. సామవేదము

109. సామవేదము దేనికి ముఖ్యమైనది?

జ. సామవేదములోని కర్మకాండ సహిత "సామయానికి" ముఖ్యమైనది

110. మంత్ర తంత్రాలు కల్గిన వేదము?

జ. అధర్వణ వేదము

111. భారతీయ దర్శనాలకు, మతశాఖలకు మూలాధారము ఏమిటి?

జ. ఉపనిషత్తులు

112. ఆర్యులు స్థాపించిన రాజ్యములలో చాలమటుకు..

జ. నిరంకుశ రాజ్యాధికారము

113. ఆర్యుల కాలములో ప్రజలు రాజ్యరక్షణకు చెల్లించిన పన్ను ఏది?

జ. బలి

114. ఆర్యుల కాలము గ్రామాధికారి పేరు ఏమిటి?

జ. **కులపా**

115. పురపాలక సైనిక బాధ్యతలు ఎవరు నిర్వహిస్తుండేవారు?

జ. **ప్రజాపతి లేదా గ్రామణి**

116. ఆర్యుల కాలములో స్త్రీలకు ఎటువంటి స్థానము కలదు?

జ. **గౌరవ ప్రతిపత్తులు ఉండేవి**

117. ఆనాటి స్త్రీలకు నిర్బంధము లేనిది ఏమిటి?

జ. **సతీసహగమనము మరియు నిర్బంధ వైధవ్యం లేవు**

118. ఆర్యులు యజ్ఞాలలో వాడు మత్తు పదార్థములు ఏమిటి?

జ. **''సోమము'' మరియు ''సుర''**

119. 'సుర' అనునది దేనితో తయారు చేయుదురు?

జ. **యవధాన్యం నుండి తయారు అయిన మద్యము**

120. వీరు ఎక్కువగా ఏ పదార్థములతో వస్త్రాలను తయారుచేసేవారు?

జ. **ఉన్నితో**

121. పట్టు బట్టలు ఏ సమయాలలో ధరించేవారు?

జ. **యజ్ఞ సమయాలలో**

122. ఆనాటి ఆభరణములలో ముఖ్యమైనది?

జ. **''నిష్కము'' (కంఠాభరణము)**

123. వ్యవసాయానికి ఉపయోగించిన జంతువు ఏది?

జ. **గుర్రము**

124. వీరి కాలములో వర్తకంగా, మారక వస్తువులుగా ఉపయోగపడినవి?

జ. **పశువులు**

125. ఆర్యుల కాలములో వడ్డీ వ్యాపారము చేసిన జాతి?

జ. **'పణి' అనే జాతి**

126. అనాడు సంఘములో గౌరవము కల్గినవారు?

జ. **బ్రాహ్మణులు**

127. భారతీయ ఆర్యులు కొలిచిన దేవుడు?

జ. **'ద్యుస్' అనే ఆకాశదేవుడు**

128. ఆర్యులు మృతులను ఏమి చేసేవారు?

జ. **దహనం చేస్తుండేవారు**

129. ఋగ్వేద కాలములో జరిగిన సరప్పర యుద్ధాల ఫలితముగా ఏర్పడినది?

జ. **షోడశ మహజన పదాలు**

130. మలివేద కాలము రాజు?

జ. **దైవాంశ సంభూతుడనే నమ్మకము ఏర్పడినది**

131. మలివేద కాలములలో రాజులు ధరించిన బిరుదులు?

జ. **ఏకరాజ్, సామ్రాట్ మొ॥**

132. ఈ కాలములో పన్నులు వసూలు చేసేవారిని ఏమని పిలిచేవారు?

జ. **భాగదుష**

133. విదేశీ వ్యవహారములు చూసేవారిని-

జ. **సంధి విగ్రహ, దూత**

134. మలివేద కాలములో రాష్ట్రాధికారిని ఏమని పిలిచేవారు?

జ. **స్థపతి లేదా శతపతి**

135. మలివేద కాలములో రూపొందిన ముఖ్యమైన వ్యవస్థ?

జ. **వర్ణ వ్యవస్థ**

136. ప్రథమంగా మనకు వర్ణాల ప్రసక్తి ఎందులో కన్పిస్తుంది?

జ. **పురుష సూక్తిలో**

137. ఈ కాలములో బ్రాహ్మణాధిక్యతని ఎవరు నిరసించినారు?

జ. **క్షత్రియులు**

138. వైదిక వాజ్మయంలో ప్రథమ స్థానము ఎవరిది?

జ. **బ్రాహ్మణులది**

139. జాతక కథలవల్ల ఎవరి పరిస్థితి అత్యంత హీనంగా ఉన్నట్లు తెలుస్తుంది?

జ. **పంచములు**

140. మలివేద కాలములో ప్రభు వర్గములో వివాహములు ఏ విధముగా ఉన్నవి?

జ. **స్వయంవరం, బహుభార్యత్వం**

141. అనులోమ వివాహాలకు సంఘములో ఏ విధముగా ఉండేది?

జ. **గౌరవస్థానము**

142. ఆనాటి ముఖ్యమైన వాద్యాలు ఏవి?

జ. **వీణ. వేణువు, శంఖము, మద్దెల**

143. ఆనాటి మలివేద కాలములో ముఖ్యమైన పట్టణములు ఏవి?

జ. **తక్షశిలా, హస్తినాపురం, కౌశాంబి, శ్రావస్తి, రాజిగృహ, వారణాశి, చంప**

144. వీరు ఎవరిని పూజించేవారు?

జ. ఇంద్రుడు, అగ్ని, వరుణుడు

145. ఆర్యుల దేవతలలో చేర్చి పూజించిన దేవుడు?

జ. శివుడు

146. ఉపనిషత్తులు సృష్టి సమస్యలను చర్చించి ఏ సిద్ధాంతాన్ని ప్రతిపాదించాయి?

జ. ఆత్మ సిద్ధాంతాన్ని

147. ఋగ్వేద సంహితిలో ఏ మండలములో శూద్రుని గురించి తెల్పుచున్నది?

జ. 10వ మండలములో

148. ఏ వేద సంస్కృతిలో, ఏ భాగములో పునర్జన్మ ఉన్నది అని తెలుస్తుంది?

జ. ఉపనిషత్తులలో

149. గాయత్రి మంత్రము ఏ వేదములో కన్పిస్తుంది?

జ. ఋగ్వేదములో

150. గోత్రము గురించి ఎందులో మొదటగా కనబడుతున్నది?

జ. అధర్వణ వేదములో

151. ఆర్యుల కాలములో ఎంతమంది దేవతలను పూజించేవారు?

జ. 33 మందిని

సంగమ యుగము

152. సంగమము అనగా నేమిటి?

జ. పండితుల సభ అని అర్థము

153. సంగమ సభ ఎన్ని సార్లు జరిగింది?

జ. మూడుసార్లు 'మధురై'లో

154. రెండవ సంగమ సభలో చర్చించిన విషయాలు గ్రంథముగా వచ్చినది. ఏమిటది?

జ. తోకప్పియాము

155. 'తోకప్పియాము' అనగా నేమిటి?

జ. తమిళ వ్యాకరణము

156. 'పెరి అగత్యము' అను వ్యాకరణమును రచించినది?

జ. అగస్త్యుడు

157. తమిళ దేశమును బైబిలుగా భావిస్తున్న గ్రంథము ఏది?

జ. తిరుక్కురల్

158. శిల్పాధికారములో ఏ పాండ్యరాజు గురించి తెల్పుతుంది?

జ. **నేడుంజెళ్ళియన్**

159. దక్షిణ భారత రాజ్యములు గురించి మొదట దొరకిన సాహిత్యము?

జ. **మెగస్తనీస్ - 'ఇండికా'**

160. చోళరాజుల రాజ్య లాంఛనము ఏది?

జ. **"గుర్రము"**

161. పాండ్యరాజుల రాజ్య లాంఛనము?

జ. **మొసలి**

162. సంగమ సభలకు అధ్యక్షుడుగా ఉన్నది ఎవరు?

జ. **అగస్త్యుడు**

జైన-బౌద్ధ మత ఉద్యమములు

163. జైన, బౌద్ధ మతములు రెండును దేనిని విశ్వశించలేదు?

జ. **దేవుని**

164. జైన, బౌద్ధ మతములు దేనిని తిరస్కరించినాయి?

జ. **వేదాలు మరియు వర్ణ వ్యత్యాసాలను**

165. 6వ శతాబ్దములో గొప్ప ఆధ్యాత్మిక కేంద్రాలు ఏవి?

జ. **వారణాశి, వైశాలి, శ్రావస్తి, కపిలవస్తు**

166. జైన మతము, బౌద్ధ మతముల మధ్య ఉన్న విభేదాలు ఏమిటి?

జ. **అహింస, ఆత్మ, పరలోకము, నిర్యాణము**

167. బుద్ధుడు జన్మించిన సంవత్సరము?

జ. **క్రీ.పూ. 563 లుంబిని వనములో**

168. బుద్ధుని సవతి తల్లి పేరు ఏమిటి?

జ. **మహాప్రజాపతి గౌతమి**

169. బుద్ధుని తండ్రి పేరు?

జ. **శుద్ధోధనుడు - శాక్యులరాజు**

170. బుద్ధుని తల్లి పేరు?

జ. **మయాదేవి**

171. బుద్ధుని భార్య పేరు ఏమిటి?

జ. **యశోధర**

172. బుద్ధుని కుమారుని పేరు?

జ. **రాహులుడు**

173. బుద్ధుడు ఏ వయస్సు నుందు సన్యసించెను?

జ. **29వ ఏట**

174. బుద్ధుడు ఎవరి వద్ద సాంఖ్య దర్శనము అభ్యసించినాడు?

జ. **'అలాకలమ' అనే విద్యాంసుని దగ్గర (వైశాలి నగరము)**

175. ఎవరి వద్ద యోగ అభ్యసము నేర్చినాడు?

జ. **రుద్రవీరామపుత్ర (రాజగృహ దగ్గర)**

176. బుద్ధుడు సన్యసించి, భార్య బిడ్డలను వదలి వచ్చుటను ఏమందురు?

జ. **మహాభినిష్క్రమణము అందురు**

177. సంభోధి అనగా ఏమిటి?

జ. **బుద్ధునకు అశ్వత్థామ వృక్షచ్ఛాయలో జ్ఞానోదయమగుట**

178. బుద్ధుడు మొదట ఎక్కడ ఉపదేశించెను?

జ. **వారణాశిలో ఋషిపట్టణంలోని మృగదావరిలో**

179. ఎవరికి తన జ్ఞానమును ఉపదేశించెను?

జ. **అయిదుగురు బ్రాహ్మణులకు**

180. తొలిసారిగా తానార్జించిన జ్ఞానము ఉపదేశించుటను ఏమి అందురు?

జ. **'ధర్మ చక్ర ప్రవర్తనము' అందరు**

181. బుద్ధుని గుర్రము పేరు ఏమిటి?

జ. **కంఠక**

182. 'చెన్న' అను వారు ఎవరు?

జ. **బుద్ధుని యొక్క రథసారధి**

183. బుద్ధుడు మార్పు తెచ్చిన వేశ్య ఎవరు?

జ. **'ఆకబపాలి'**

184. ఎవరి కోరికతో స్త్రీలకు బుద్ధుడు తన సంఘములో స్థానము కల్పించారు?

జ. **సవతితల్లి మహాప్రజాపతి గౌతమి కోరికతో**

185. ఆనందుడు ఎవరు?

జ. **బుద్ధుని యొక్క శిష్యుడు**

186. బుద్ధుడు ఎన్నో సంవత్సరములో మరణించినాడు?

జ. **80వ సం॥లో మల్లో రాజధాని కుశి నగరంలో నిర్యాణం పొందినాడు**

187. ధర్మచక్ర ప్రవర్తనలో సూత్రంలో సూచించిన నాల్గవ ఆర్య సత్యములు?

జ. **'అష్టాంగ మార్గము'**

188. బౌద్ధమతము ఆనాడు ప్రజాదరణ పొందటానికి గల కారణము?

జ. **ఆనాడు బ్రాహ్మణ మతములోని లోపాలు**

189. బుద్ధుని కాలములో బౌద్ధమతమును ఆదరించిన రాజ్యాలు ఏవి?

జ. **మగధ, కోసల, అవంతి**

190. బుద్ధుడు నిర్యాణము పొందుటను ఏమి అందురు?

జ. **మహాపరి నిర్యాణం అందురు**

191. బౌద్ధ సంఘ సమావేశములను ఏమని అంటారు?

జ. **'సంగీతి' అని అందురు**

192. మొదటి బౌద్ధ సంగీతి ఎక్కడ జరిగినది?

జ. **రాజగృహములో జరిగినది**

193. మొదటి సంగీతి అధ్యక్షుడు ఎవరు?

జ. **'మహాకాశ్యపుడు'**

194. బుద్ధుని ఉపదేశాలను 'స్తుతపిటకము' 'వినయపిటకము' అనే రూపాల్లో సమకూర్చినది ఎవరు?

జ. **ఆనందుడు, ఉపాలి అనువారు**

195. బౌద్ధమత బిక్షులు క్రమశిక్షణ తెలుపు పిటకము ఏది?

జ. **'వినయ పిటకంలో'**

196. మహాపరి నిర్యాణం తరువాత, రెండవ బౌద్ధ సంగీతి ఎన్ని సంవత్సరాలకు జరిగింది

జ. **100 సం॥లకు**

197. రెండవ బౌద్ధ సంగీతి ఎక్కడ ప్రాంభమైనది?

జ. **వైశాలిలో**

198. రెండవ బౌద్ధ సంగీతి ఎన్ని విధములుగా చీలింది.

జ. **రెండు విధములుగా 1) మహాసాంఘికులు 2) ధీరవాదులు**

199. బౌద్ధ బిక్షువులలో మార్పు కావాలి అన్న వారు ఎవరు?

జ. **మహా సాంఘికులు**

200. మూడవ బౌద్ధ సంగీతి ఎందుకు ఏర్పాటు-చేయబడినది?

జ. **అనైక్యాన్ని తొలగించి బౌద్ధ సంఘాన్ని కలుపుటకు**

201. మూడవ బౌద్ధ సంగీతి ఎక్కడ జరిగింది.

జ. **అశోకుని ఆధ్వర్యంలో పాటలీపుత్రంలో**

202. దేరవాదులకి మరియొక్క పేరు?

జ. **విభాజ్యవాదులని పేరు**

203. ఈ సంగీతికి అధ్యక్షుడు ఎవరు?

జ. **మొగ్గలి పుత్తతిస్స**

204. ఈ సంగీతిలో ప్రముఖపాత్ర వహించిన బౌద్ధ బిక్షులు ఎవరు?

జ. **ఆంధ్ర బౌద్ధ బిక్షులు**

205. మూడవ బౌద్ధ సంగీతిలో ఏర్పడిన పీఠకము?

జ. **అభిదమ్మ పీఠకము**

206. మూడవ సంగీతి వాదోపవాదులతో తయారు అయిన గ్రంథము ఏది?

జ. **కథావత్థు**

207. నాల్గవ బౌద్ధ సంగీతి ఎక్కడ జరిగింది?

జ. **కుందల వనంలో**

208. కుందలవనంలో ఎవరు సమావేశపరిచిరి?

జ. **కనిష్కుడు**

209. నాల్గవ బౌద్ధ సంగీతి అధ్యక్షుడు, ఉపాధ్యక్షుడు ఎవరు?

జ. **వసుమిత్రుడు అధ్యక్షుడు, అశ్వఘోషుడు ఉపాధ్యక్షుడు**

210. ఈ సంగీతికి బౌద్ధమతములో ఎన్ని శాఖలు ఏర్పడినవి?

జ. **18 శాఖలు ఏర్పడినట్లు తెలుస్తుంది**

211. మహాయానానికి వ్యతిరేకంగా సంప్రదాయాన్ని అనుసరించినవారిని ఏమనేవారు?

జ. **హీనయానం**

212. లిచ్ఛవుల మరియొక్క నామము ఏమిటి?

జ. **వజ్జి**

213. శూన్య వాదమును ప్రతిపాదించినది ఎవరు?

జ. **ఆచార్య నాగార్జునుడు**

214. మొదటి బౌద్ధ సన్యాసిని ఎవరు?

జ. **గౌతమి**

215. బౌద్ధ ప్రవర్తనా నియమావళిని గురించి ఎందులో తెలుస్తుంది?

జ. **వినయ పీఠికంలో**

216. జాతక కథలు అనగానేమి?

జ. **500 బుద్ధుని పుట్టుక కథలు**

217. బుద్ధ చరిత్రను ఎవరు రచించిరి?

జ. **అశ్వఘోషుడు**

218. బుద్ధునకు జ్ఞానోదయం అయిన తరువాత పాలు, పండ్లు, భోజనము ఇచ్చింది ఎవరు?

జ. **సుజాత అనే బాలిక**

219. భారతీయ తర్కశాస్త్ర పితామహుడు ఎవరు?

జ. **దిజ్ఞానుడు**

220. లౌకిక విషయంలో, పాలనలలో శ్రద్ధ వహించినారు అనడానికి నిదర్శనమైన గ్రంథము

జ. **సహృల్లేఖ**

221. 'సుహృల్లేఖ' ను ఎవరు రచించిరి?

జ. **ఆచార్య నాగార్జునుడు**

222. ఏ గ్రంథములో నాగార్జునుడు రాజుకు సూచించినాడు?

జ. **రత్నావళి**

223. బౌద్ధులు తమ మతమును ఏ భాషలో ప్రచారము చేసినారు?

జ. **పాళి, ప్రాకృతము**

224. ప్రసిద్ధి పొందిన బౌద్ధ విశ్వవిద్యాలయాలు ఏవి?

జ. **నలందా, వల్లభి, ధాన్యకటకము విశ్వవిద్యాలయాలు**

జైన మతము

225. నిగ్రంథులనగా ఎవరు?

జ. **జైనులకు మరొక పేరు**

226. ఏ వాఙ్మయము ద్వారా బుద్ధుని కాలంలో నిగ్రంథలున్నట్లు తెలుస్తున్నది?

జ. **బౌద్ధ వాఙ్మయము**

227. తీర్థంకరులు అనగా ఎవరు.

జ. **జైన సన్యాసులు**

228. 23వ తీర్థంకరుడు ఎవరు?

జ. **పార్శ్వనాథుడు**

229. జైనమత స్థాపకుడు ఎవరు?

జ. **పార్శ్వనాథుడు**

230. పార్శ్వనాథుడు ఎవరి కుమారుడు?

జ. కాశీరాజు అయిన అశ్విసేనుని కుమారుడు

231. ఎన్నో సంవత్సరంలో పార్శ్వనాథుడు సన్యసించినాడు?

జ. 30వ సంవత్సరంలో

232. ఎన్ని సిద్ధాంతములను రూపకల్పన చేసినాడు?

జ. నాలుగు సిద్ధాంతములను

233. పార్శ్వనాథుని సిద్ధాంతాలను రూపకల్పన చేసి ప్రచారము సాగించింది ఎవరు?

జ. వర్ధమాన మహావీరుడు

234. మహావీరుడు ఎన్నవ తీర్థంకరుడు?

జ. 24

235. ఇతడి తండ్రి పేరు ఏమిటి?

జ. సిద్ధార్థుడు

236. ఇతడి తల్లి పేరేమి?

జ. త్రిశల

237. మహావీరుడు ఎక్కడ జన్మించాడు?

జ. వైశాలి దగ్గర కుంద గ్రామములో

238. ఇతని భార్య పేరు ఏమిటి?

జ. యశోధ

239. ఇతని కుమార్తె పేరు ఏమిటి.

జ. అణోజ్ని

240. ఎన్ని సంవత్సరములు తపస్సు చేసినాడు?

జ. 12 సం॥లు

241. మహావీరుడు ఎక్కడ జనత్వాన్ని పొందినాడు?

జ. ఋజుపాలికా నది తీరమున జృంబిక గ్రామ సమీపములో సాలవృక్షం దగ్గర

242. మహావీరుడు ఎప్పుడు మరణించినాడు.

జ. 72వ సంవత్సరంలో

243. ఎక్కడ నిర్వాణ పదం పొందినాడు.

జ. పావాపురి హస్తిపాలుడు అనే రాజగృహంలో

244. జైనులలో అమరణోపవాస వ్రతము ఏది?

జ. సల్లేఖనము

245. పార్శ్వనాధుని నాల్గు వ్రతములకు మహావీరుడు చేర్చిన అయిదవ వ్రతము ఏది?

జ. **బ్రహ్మచర్యము**

246. సదాచారము అనగా నేమిటి?

జ. **పంచవ్రతాలను నియమంగా పాటించడమే**

247. పాటలీపుత్రంలో ఎవరి కాలములో జైన పరిషత్ సమావేశమైనది?

జ. **చంద్రగుప్త మౌర్యుడు**

248. ఇది సుమారు ఎన్ని సంవత్సరాల క్రితం జరిగింది?

జ. **క్రీ.పూ. 300 సం॥లో**

249. జైన పరిషత్‌లో సిద్ధాంతాలను ఏ విధముగా విభజించినారు?

జ. **12 అంగాలుగా**

250. క్రీ.పూ. 160 సం॥లో కుమారీ పర్వతము మీద జైన పరిషత్ ఎవరు జరిపిరి?

జ. **కళింగాధీసుడు అయిన ఖారవేలుడు**

251. శ్వేతాంబర ధారణ ఎవరు సమ్మతించిరి?

జ. **పార్శ్వనాధుడు**

252. జైనమతము ఏ సిద్ధాంతము మీద ఆధారపడి యున్నది.

జ. **ఆత్మ సిద్ధాంతము**

253. ఎన్నో శతాబ్దానికి జైనులలో విగ్రహారాధన ప్రారంభమైనది?

జ. **క్రీ.పూ. 4వ శతాబ్దములో**

254. ఏ శాసనములో మహాపద్మనందుడు కళింగ నుంచి జైన విగ్రహాలు తీసుకొని వెళ్ళినట్లు తెలుస్తుంది?

జ. **హతిగుంఫ శాసనము**

255. జైనులలో మొదటి తీర్థంకరుడు ఎవరు?

జ. **వృషభనాధుడు**

256. దిగంబరులకు నాయకుడు ఎవరు?

జ. **భద్రబాహూ**

257. శ్వేతంబరుల నాయకుడు ఎవరు.

జ. **సేతుల బాహూ**

258. సామ్యాలు అనగా ఎవరు.

జ. **దిగంబరుల నుండి చీలినవారు**

షోడశ మహాజన పదాలు

259. షోడశ మహాజన పదాలు ఎప్పుడు ప్రారంభమైనవి?

జ. 6వ శతాబ్దారంభంలో

260. షోడశ మహాజన పదాలు ఎన్ని గణ రాజ్యములు?

జ. 16 గణ రాజ్యములు

261. గణ రాజ్యా విధానమును నిరశించినది ఎవరు?

జ. కౌటిల్యుడు - అర్థ శాస్త్రంలో

262. గణ రాజ్య అధినేతలను ఏమని పిలిచేవారు?

జ. 'రాజా'అని

263. గ్రామములో ఎవరు అధికారిగా ఉండేవారు?

జ. భోజికుడు

264. ఆనాటి ముఖ్యమైన వాణిజ్య పట్టణములు ఏవి?

జ. కౌంశాభి, శ్రావస్తి, మధుర

265. ముఖ్యమైన రేవు పట్టణములు ఏవి?

జ. భరుకచ్చము, సోపారా

266. ఆనాటి వాడుకలో ఉన్న నాణెము ఏది?

జ. వార్షాషణం

267. ఈ కాలములో ముఖ్యమైన వారు ఎవరు?

జ. పాణిని, కాత్యాయనుడు

268. ఈ కాలములో ప్రముఖ విద్యా కేంద్రములు ఏవి?

జ. తక్షశిలా, కాశీ ముఖ్యమైనవి

269. భారతదేశములో ప్రథమ సామ్రాజ్యము ఏది?

జ. మగధ

270. మగధ రాజధాని పేరు ఏమిటి.

జ. 1) గిరి వజ్రము లేదా రాజగృహం 2) పాటలీపుత్రం

271. హర్యాంక వంశ స్థాపకులు ఎవరు?

జ. బింబిసారుడు క్రీ.పూ. 544-493 సం॥

272. క్రీ.పూ. 2 శతాబ్దిలో బార్హుత్ శిల్పులలో బుద్ధుని దర్శనము కోసము వచ్చినట్లు తెలస్తున్న రాజు ఎవరు?

జ. అజాతశత్రువు

273. శైశు నాగవంశ స్థాపకుడు ఎవరు?

జ. **శిశునాగుడు**

274. ఎవరి కాలములో రెండవ బౌద్ధ సంగీతి జరిగినది?

జ. **కాలాశోకుని కాలములో, వైశాలి నగరములో**

275. నంద వంశ స్థాపకుడు ఎవరు?

జ. **మహాపద్మనందుడు**

276. గ్రీకు రచయితలు నందులను ఏమని వర్ణించినారు?

జ. **ఉగ్రసేనులు అని**

277. భారతదేశమును దరయస్ సామ్రాజ్యంలో 20వ రాష్ట్రముగా పేర్కొన్న గ్రీకు చరిత్రకారుడు?

జ. **హెరడోటస్**

278. గ్రీకు దేశముతో కలసి ప్రథమ భారత సైనిక దళము ఏ యుద్ధములో పాల్గొన్నది?

జ. **థెర్మోపల్లె యుద్ధములో**

279. పారశీక రాజులు మన దేశములో ప్రవేశపెట్టిన శిలాశాసనమును వ్రాసే పద్ధతి?

జ. **ఖరోష్ఠి లిపిలో**

280. ఎవరి దండయాత్రల వలన మనదేశములో శిలా నిర్మాణాలు ప్రారంభమైనవి?

జ. **పారశీక దండయాత్ర**

281. అలెగ్జాండర్ ఎప్పుడు భారత దేశముపై దృష్టి సాగించినాడు?

జ. **క్రీ.పూ. 327**

282. మనదేశ చరిత్రలో మొదటి దేశ ద్రోహి ఎవరు.

జ. **అంభి (తక్షశిలా రాకుమారుడు)**

283. అలెగ్జాండర్ ఎప్పుడు తిరుగు మార్గము పట్టినాడు?

జ. **క్రీ.పూ. 325**

284. గ్రీకులు రాకవలన ఏ విధానాలు భారతదేశములోనికి ప్రవేశించినవి?

జ. **గ్రీకు నాణెములు ముద్ర పద్ధతి 1) గ్రీకు శిల్పశైలి, ఖగోళ విజ్ఞానము**

మౌర్య సామ్రాజ్యము

285. మౌర్య సామ్రాజ్య స్థాపకుడు ఎవరు?

జ. **చంద్రగుప్త మౌర్యుడు**

286. ముద్రారాక్షసము నాటకములో చంద్రగుప్తుని ఏ విధముగా తెల్పుతుంది?

జ. **కులహీనుడు అని**

287. జునాఘడ్ శాసనము ఎవరిది?

జ. **శం రుద్రదామునిది**

288. జునాఘడ్ శాసనము బట్టి సువర్ణన సరోవరము ఎవరు త్రవ్వించింది?

జ. **పుష్యగుప్తుడు**

289. సెల్యూకస్ పాటలీపుత్రమునకు రాయబారిగా ఎవరిని పంపినాడు?

జ. **మెగస్తనీస్**

290. మెగస్తనీస్ రచించిన గ్రంథము?

జ. **'ఇండికా'**

291. బింధుసారుని బిరుదులు ఏమిటి?

జ. **అమిత్రఘాత, సింహసేనుడు**

292. తన ఆశయాలు, విజాయాలు ప్రకటిస్తూ శాసనాలు వేయించిన ప్రథమ భారత చక్రవర్తి ఎవరు?

జ. **'అశోకుడు'**

293. అశోకుని చరిత్రకు ముఖ్యమైన ఆధారములు?

జ. **'శాసనములు' 1) శిలాశాసనములు 2) స్తంభ శాసననములు**

294. మస్కి శాసనములో అశోకుని ఏ విధముగా సంబోధించబడినది?

జ. **'దేవానాం ప్రియ అశోక'**

295. మిగతా శాసనమేలలో ఏ విధంగా అశోకుని సంబోధింపబడినది?

జ. **1) దేవానాం ప్రియ 2) ప్రియదర్శి**

296. అశోకుడు కలింగ యుద్ధము గురించి ఎన్నో శిలాశాసనములో తెల్పబడినది?

జ. **13వ శిలా శాసనములో**

297. అశోకుని గురించి తెలుపుతున్న సింహళ గ్రంథాలు ఏవి?

జ. **1) మహావంశము 2) దీపా వంశము**

298. అశోకుని శాసనాలన్ని ఏ భాషలో వ్రాయబడినవి?

జ. **ప్రాకృత భాషలో**

299. అశోకుని శిలాశాసనములో లభించిన శాసనాలు వాయువ్య ప్రాంతములో ఏ లిపిలో ఉన్నాయి?

జ. **పర్షియన్–అరమైక్ భాష సంబంధమైన 'ఖరోష్ఠి లిపి' లో**

300. దక్షిణ భారతదేశములో బృహత్ శిలా శాసనములు ఎక్కడ లభించినవి?

జ. **ఎర్రగుడి (కర్నూల్ జిల్లా)**

301. అశోకుని పద్నాలుగు శిలా శాసనములలో మొదటిది దేనిని గురించి తెల్పుతుంది?

జ. **జంతు ప్రాణ సంరక్షణను గురించి**

302. మూడో శిలా శాసనము ఏమి తెల్పుతుంది?

జ. **రాజోద్యోగులు ధర్మరక్షణకోసం యాత్ర చేయాలి అని తెల్పుతుంది**

303. అశోకుని అయిదవ శిలా శాసనము దేని గురించి తెల్పుబడినది?

జ. **అశోకుడు ధర్మప్రచారము కొరకు ధర్మమహామాత్రులను నియమించినట్లు**

304. ఎనిమిదవ శిలా శాసనములో ఏ విధముగా చెప్పబడినది?

జ. **మృగయా వినోదయాత్రలు విసర్జించి ధర్మయాత్రలు అవలంభించినట్లు**

305. పదునాలుగో శిలా శాసనము ఏమి తెల్పుతుంది?

జ. **ఈ శాసనములు వ్రాయటానికి అవలంభించిన విధానాన్ని**

306. కల్హణుడు రాజతరంగిణి బట్టి అశోకుడు ఏ పట్టణాన్ని నిర్మించాడు?

జ. **శ్రీనగరాన్ని**

307. అశోకుని మూడో బౌద్ధ సంగీతని గురించి మనకు ఎందులో తెలుస్తాయి?

జ. **దీపాంశములో**

308. బుద్ధుని జన్మస్థలము అయిన లుంబినీ ప్రజలకు పన్ను చెల్లించనవసరం లేదు అని ఏ శాసనములో తెల్పుతుంది?

జ. **తొమ్మిదవ స్తంభ శాసనము**

309. అశోకుడు ఎవరి వద్ద నుండి బౌద్ధమత దీక్ష పుచ్చుకొన్నట్లు తెలుస్తుంది.

జ. **ఉపగుప్తుడు అనే బౌద్ధాచార్యుడు**

310. మౌర్యుల కాలములో దంతవాలుడు అనగా?

జ. **రక్షక భటాధ్యక్షుడు**

311. సన్నిధాత అనగా ఎవరు?

జ. **కోశాగారాధికారి**

312. అశోకుని శాసనములో మంత్రులను ఏమని పిలువబడినది?

జ. **'మహామాత్రులు' అని**

313. గ్రామాలకు సంబంధించి భూమిశిస్తు అధికారి?

జ. **గోపుడు**

314. సమామర్త అనగా ఎవరు.

జ. **ఆదాయ శాఖా ముఖ్య అధికారి**

315. ప్రజల జీవనాన్ని సరిఅయిన మార్గములో నడపటానికి అశోకుడు నియమించిన అధికారి?

జ. **ధర్మమహామాత్యులు**

316. అశోకుడు 84,000 స్తూపాలు నిర్మింప చేసినట్లు ఎందులో తెలుపుతుంది?

జ. **మహావంశములో**

317. అలహాబాద్ స్తంభ శాసనములో ఎవరు ధాన ధర్మములు చేసినట్లు తెలుస్తుంది?

జ. **అశోకుని రెండవరాణి కారువాకిని గురించి**

318. అశోకుని పన్నెండవ శిలా శాసనంలో ఎవరి గురించి తెల్పుతుంది?

జ. **స్త్రీ అధ్యక్ష మహామాత్రుల గురించి**

319. మౌర్యుల కాలములో ఇప్పటి కలక్టర్‌తో పోల్చదగిన ఆనాటి అధికారి ఎవరు?

జ. **రజ్జకులు**

320. ఆనాటి కాలములో నగర పట్టణ అధికారిని ఏమని పిలిచేవారు?

జ. **మహామాత్యులు**

321. మౌర్యులలో దశరధుడు ఎవరు?

జ. **అశోకుని మనమడు**

322. దశరధుని బిరుదము?

జ. **దేవానాం ప్రియ**

323. దశరధుడు ఆదరించిన మతము?

జ. **జైన మతము**

324. మౌర్య వంశ రాజులలో చివరి వాడు ఎవరు?

జ. **బృహద్రధుడు**

325. 187 క్రీ.పూ. అతను ఎవరిని వధించెను?

జ. **పుష్యమిత్రుడు**

326. భారతీయులలో కులాలను సూచించిన వారు ఎవరు?

జ. **మెగస్తనీస్**

327. ప్రతి వృత్తి ఒక కులముగా ఏ యుగములో రూపొందినది?

జ. **మౌర్య యుగములో**

328. మౌర్య యుగము ఏ మతములో ఎక్కువగా మార్పులు కన్పిస్తున్నాయి?

జ. **వైదిక మతములో**

329. ఈ యుగములో రూపొందిన మరొక మతము ఏది?

జ. **వాసుదేవ మతము**

330. వాసుదేవ మతము బోధకుడు ఎవరు?

జ. **యానవ నాయకుడు అయిన వాసుదేవ కృష్ణుడు**

331. ఈ మతము ప్రధాన కేంద్రము?

జ. **మధురా నగరము**

332. వాసుదేవుడు అనే నామము క్రమముగా ఏ పేరుతో పిలువబడినది?

జ. **శ్రీ విష్ణువుగా**

333. మౌర్య యుగములో రచనకు ఏ వస్తువులను ఉపయోగించేవారు?

జ. **పట్టుగుడ్డలు, చెట్టు బెరడులు**

శృంగులు

334. శృంగులు ఎప్పుడు పాటలీపుత్రమును అధిష్ఠించినారు?

జ. **క్రీ.పూ. 187లో**

335. మౌర్యుల సింహాసనాన్ని అధిష్ఠించినవారు ఎవరు?

జ. **పుష్యమిత్ర శృంగుడు**

336. పుష్య మిత్రుడు రాజైన తరువాత గ్రీకుల దండయాత్ర గురించి ఎవరి రచనలలో మనకు కనబడుతున్నది?

జ. **కాళిదాసు రచనలలో**

337. కాళిదాసు రచనలో ఉన్న మాళవికాగ్ని మిత్రనాటక కథానాయకుడు ఎవరు?

జ. **అగ్ని మిత్రుడు**

338. అగ్ని మిత్రుడు ఎవరు?

జ. **పుష్య మిత్రుని తరువాత సింహాసనాన్ని అధిష్ఠించినవాడు**

339. శృంగుల కాలములో వ్యాప్తి చెందిన మతము ఏది?

జ. **భాగవత మతము**

340. శృంగుల పరమత సహనానికి నిదర్శనమైన స్థూపము ఏది.

జ. **బార్హుత్ స్తూపం**

341. వీరి కాలంలో ప్రసిద్ధ వైకరణుడు ఎవరు?

జ. **పతాంజలి**

342. శృంగులలో కడపటి రాజు?

జ. **దేవభూతి**

343. కాణ్వాయనులు వంశమును ఎవరు స్థాపించిరి?

జ. **వాసుదేవుడు**

344. కాణ్వాయన వంశము ఎప్పుడు స్థాపించబడినది?

జ. **క్రీ.పూ. 75-30లో శృంగరాజైన దేవభూతిని వధించి**

విదేశీ రాజ్యాలు

యవనులు

345. యవనులు అనగా ఎవరు?

జ. **బాక్ట్రియా నుండి వచ్చిన గ్రీకులు**

346. భారతదేశముపై దాడి జరిపిన సిరియా చక్రవర్తి?

జ. **ఆంటియోకస్**

347. ఆ కాలములో కాబుల్ లోయను పాలిస్తున్న మౌర్యరాజు సుభాగసేనుడు గురించి ఏ రచనలు తెల్పుతున్నాయి?

జ. **గ్రీకు రచనలు**

348. ఏ శాసనములో డెమిట్రియస్ పాటలీపుత్రముపై దండెత్తినట్లు తెలుస్తున్నది?

జ. **ఖారవేలుని 'హాతిగుంఫా శాసనం'**

349. యూథిడెమస్ వంశస్తులలో అగ్రగణ్యుడు ఎవరు?

జ. **మీనాండర్**

350. మీనాండర్ గురించి మనకు ఎక్కువగా ఎందులో తెలుస్తాయి?

జ. **గ్రీకు, బౌద్ధ రచనలు**

351. మీనాండర్ ఆచరించిన మతము?

జ. **బౌద్ధ మతము**

352. 'మిళందపన్వం' అనే గ్రంథము ఎవరి చర్చల వలన రూపొందినవి?

జ. **బౌద్ధాచార్యుడైన నాగ సేనునికి మరియు మీనాండర్‌కు**

శకులు

353. శకులు ఎవరు?

జ. **మధ్య ఆసియా దేశాలలో దేశాటనం చేసే జాతి**

354. శకులలో మొదటి రాజు ఎవరు.

జ. **మవుస్**

355. మవుస్ బిరుదము?

జ. **రాజాధిరాజు**

356. ఇతని శాసనము ఎక్కడ లభించినది?

జ. **తక్షశిలలో**

357. ఇది ఏ భాషలో లభించినది?

జ. **ఖరోష్టి లిపిలో**

358. శకులు ఏ మతమునకు ప్రభావితులైనారు?

జ. **హిందూ మతమునకు**

359. క్షాత్రిపరాజ్యం స్థాపించినవారు ఎవరు?

జ. **క్షహరాట వంశస్థులు**

360. ఈ వంశమునకు మూల పురుషుడు ఎవరు?

జ. **సహపాణుడు**

361. సహపాణుని నాణెములపై పేరు కల్గిన శాతవాహన రాజు ఎవరు?

జ. **గౌతమీపుత్ర శాతకర్ణి**

362. క్షహరాట వంశాన్ని నిర్మూలించినవాడు ఎవరు అని నాసిక్ శాసనము తెల్పుతుంది?

జ. **గౌతమీపుత్ర శాతకర్ణి**

363. కార్ధిమక వంశస్తులలో అగ్రగణ్యుడు ఎవరు?

జ. **రుద్రదాముడు**

364. రుద్రదాముడు వేయించిన శాసనము?

జ. **గిర్నార్, అంభే శాసనములు**

365. మౌర్యులు నిర్మించిన సుదర్శన తటాకానికి మరమ్మత్తులు చేయించినది ఎవరు?

జ. **రుద్రదాముడు**

366. రుద్రదాముడు ఏ శాతవాహన రాజును రెండు మార్లు ఓడించారు?

జ. **శివాశ్రీ**

367. పహ్లావుల మొదటివాడు ఎవరు?

జ. **వొనొనీస్**

368. పహ్లావు రాజులలో అగ్రగణ్యుడు ఎవరు?

జ. **గండోఫర్నీస్**

369. గండోఫర్నీస్ ఆస్థానాన్ని సందర్శించిన క్రైస్తవ మత ప్రచారకుడు ఎవరు?

జ. సెంట్‌థామస్

కుషానులు

370. యూచీ జాతి తెగలోని వారు ఎవరు?

జ. **కుషాన్‌లు**

371. కుషాన్ రాజులలో మొదటివాడు ఎవరు?

జ. **కుజులకాత్ ఫ్లైసిస్**

372. ఇతని రాజ్య కాలము ఏది?

జ. **1565 సం॥**

373. రాగి, కంచు నాణెములపై శివుని ప్రతిమ ముద్రించిన రాజు ఎవరు?

జ. **నీమాకాంత్ ఫ్లైసిస్**

374. కుషాన్ రాజులలో అగ్రగణ్యుడు ఎవరు?

జ. **కనిష్కుడు**

375. కనిష్కుని కాలములో భారతదేశమునకు ఏఏ దేశాలతో సంబంధాలు కలవు?

జ. **చైనా, మధ్య ఆసియాలతో**

376. కనిష్కుని ఓడించిన చైనా సేనాని ఎవరు?

జ. **పంచావో**

377. భారతదేశాన్ని తన పెంపుడు తల్లిగా అంగీకరించిన రాజు?

జ. **కనిష్కుడు**

378. కనిష్కుడు ఏఏ దేశపు దేవతల ప్రతిమను ముద్రించాడు?

జ. **గ్రీకు, సుమేరియన్, పారశీక, హైందవ దేవతలవి**

379. కనిష్కుని కాలములో నాణెములపై ఉన్న లిపి ఏది?

జ. **గ్రీకు లిపి, పారశీక భాషలు ఉన్నవి**

380. కనిష్కుని ఆస్థానములో ఉన్న మహాయానాన్ని ప్రచారము చేసిన ఆచార్యుడు ఎవరు?

జ. **నాగార్జునుడు**

381. ఇతని కాలములో ఆస్థాన వైద్యుడు ఎవరు?

జ. **చరకుడు**

382. చరకుడు రచించిన గ్రంథము ఏది?

జ. **చరక సంహిత**

383. 'బుద్ధ చరితము' 'సౌందర్య నందనము' రచించిన తత్వవేత్త ఎవరు?

జ. **అశ్వఘోషుడు**

384. కాశ్మీర్‌లో కనిష్కపురంను నిర్మించినట్లు మనకు ఎందులో తెలుస్తుంది?

జ. **రాజతరంగిణిలో**

385. కనిష్కుడు తన పేరున 'కనిక చైత్యము' ఎక్కడ నిర్మించినాడు?

జ. **'పెషావర్' (ఇది పాకిస్థాన్‌లో కలదు)**

386. శక యుగము ఎప్పుడు ప్రారంభమైనది?

జ. **78 A.D కనిష్కునితో**

387. కైజర్ బిరుదు ధరించిన కుషాన్ రాజెవరు?

జ. **రెండో కనిష్కుడు**

388. ఎవరి కాలములో గాంధార శిల్పకళ జనించింది?

జ. **కనిష్కుని కాలములో**

శాతవాహనులు

389. ఆంధ్రుల ప్రసక్తి ఎందులో కలదు?

జ. **ఋగ్వేదానికి చెందిన ఐతరేయ బ్రహ్మణంలో కలదు**

390. శాతవాహనుల మూల పురుషుడు ఎవరు?

జ. **శ్రీముఖుడు**

391. శాతవాహనుల నాణెములు, శాసనము మొదట ఎక్కడ లభించినది?

జ. **నానాఘాట్, నాసిక్‌లలో**

392. ఆంధ్రదేశములో కన్పించిన మొదటి శాసనము ఎవరిది?

జ. **వాశిష్ఠ పుత్రశ్రీ పులోమావి**

393. శాతవాహనుల రాజధాని ప్రతిష్ఠానము పేర్కొంటున్న గ్రంథాలు ఎవరికి?

జ. **జైన ఐతిహ్యాలు, టాలమి గ్రంథము**

394. మొదటి శాతకర్ణి వివాహము చేసుకున్న మహారాష్ట్ర రాకుమారి ఎవరు?

జ. **నాగనిక**

395. నాగనిక వేయించిన శాసనము.

జ. **నానాఘాట్ శాసనము**

396. దక్షిణా పథపతి అనే బిరుదు పొందినది ఎవరు?

జ. **మొదటి శాతకర్ణి**

397. ఖారవేలుని జయించిన శాతవాహనరాజు ఎవరు?

జ. **రెండవ శాతకర్ణి**

398. మహామేఘవామన బిరుదు ఎవరికి కలదు?

జ. **ఖారవేలునకు**

399. కుంతల శాతకర్ణి మంత్రులు ఎవరు?

జ. **శర్వవర్మ, గుణాఢ్యుడు**

400. శర్వవర్మ, గుణాఢ్యుడు రచించిన కావ్యములు ఏవి?

జ. **కాతంత్ర వ్యాకరణాన్ని, బృహత్కథను రచించినారు**

401. హాలుడు రచించిన గ్రంథము ఏది?

జ. **గాథా సప్తశతి**

402. గౌతమీపుత్ర శాతకర్ణ బిరుదములు ఏవి?

జ. **ఏకబ్రాహ్మణ, క్షత్రియ దర్పమాన మర్ధన, త్రినముద్రలోయ పీతవాహన, అగమనిలయ**

403. శాతవాహనులు సామ్రాజ్యమును ఏ విధముగా విభజించినారు?

జ. **ఆహారములుగా**

404. గజ, తురగ, రుదతి సేనాలు మాత్రమే కల శిల్పము ఏది?

జ. **అమరావతి శిల్పము**

405. పాలక వర్గములో స్త్రీలు ఉద్యోగనామాలు ధరించే ఆచారముకల్గియున్నది ఎవరి కాలములో?

జ. **శాతవాహనుల కాలములో**

406. ఎటువంటి ఉద్యోగ నామములను ధరించేవారు?

జ. **సేనాపతిని, భోజకి, మహాభోజకి**

407. శాతవాహనుల నాణెముల మీద ఎటువంటి చిహ్నాలు ముద్రించినారు?

జ. **నౌక చిహ్నములు**

408. పశ్చిమ తీరములోని ముఖ్యమైన రేవు పట్టణములేవి?

జ. **బరుకచ్ఛము, సోపారా, కల్యాణ్**

409. తూర్పు తీరములోని ముఖ్యమైన రేవు పట్టణములు?

జ. **కోడ్డూరు, ఘంటశాలా, మైసోలియా**

410. ఆనాటి ముఖ్యమైన ఎగుమతులు?

జ. **దంతములు, వజ్రవైఢూర్యాలు, మిర్చి, పట్టు-నూలు వస్త్రాలు**

411. వీరి కాలములో ఏ మతము పునర్జీవనమైనట్లు కన్పిస్తుంది?

జ. **బ్రాహ్మణ మతం**

412. నానాఘాట్ శాసనము ఎవరి ప్రార్ధనతో ప్రారంభము అవుతుంది?

జ. **సంకర్షణ వాసుదేవుల ప్రార్ధనతో**

413. చైతన్యవాదం ఎవరిలో ప్రబలింది?

జ. **ఆంధ్ర బౌద్ధులలో**

414. ఆచార్య నాగార్జునుడు ఎవరి కాలములో మహాయాన బౌద్ధము రూపొందించినాడు?

జ. **యజ్ఞశ్రీ శాతకర్ణి**

415. శాతవాహనుల రాజభాష ఏది?

జ. **ప్రాకృతా భాష**

416. హాలుని బిరుదు?

జ. **కవి వత్సలుడు**

417. గుణాఢ్యుడు రచించిన గ్రంథము?

జ. **బృహత్కథ, 'పైశాచీ' ప్రాకృతంలో రచించబడినది**

418. నాగార్జుని గ్రంథములు అన్నియు ఏ భాషలో రచించబడినవి?

జ. **సంస్కృత భాషలో**

419. వాత్సాయని కామ సూత్రములు ఎవరి కాలములోనివి?

జ. **శాతవాహనుల కాలంలోనివి**

420. గౌతమి బాలశ్రీ వేయించిన శాసనము?

జ. **నాసిక్ శాసనం**

421. వాశిష్ఠ పుత్రశ్రీ పులోమావి 25వ పరిపాలన సంవత్సరము వేయించిన శాసనము?

జ. **ధరణికోట శాసనం**

ఇక్ష్వాకులు

422. ఇక్ష్వాకు రాజ్యము స్థాపించినది ఎవరు?

జ. **వాశిష్ఠిపుత్ర శ్రీక్షాంత మూలుడు**

423. శ్రీక్షాంత మూలుడు కుమారుడు ఎవరు?

జ. **వీరపురుషదత్తుడు**

424. ఇక్ష్వాకుల కాలమునాటి ప్రసిద్ధ బౌద్ధ పట్టణములు

జ. **నాగార్జునకొండ, జగ్గయ్యపేట, రామిరెడ్డిపల్లి, చిన్నగంజాము**

చుకుటుల రాజులు

425. చుకుటుల రాజులను పురాణాలు ఏమని తెల్పుతున్నాయి?

జ. **ఆంధ్ర బృత్యులుగా**

426. వీరి శాసనములు ఎక్కడ లభిస్తున్నాయి?

జ. **కన్హేరి, బనవాసి, మాలవళ్ళి**

427. శాలంకాయనులలో సుప్రసిద్ధ రాజు ఎవరు?

జ. **హస్తివర్మ**

428. వీరి రాజధాని ఏది?

జ. **వేంగి**

429. సముద్రగుప్తుడు దక్షిణ దేశముపై దండెత్తినప్పుడు వేంగిలో హస్తివర్మ రాజ్యము చేస్తున్నట్లు తెల్పిన శాసనము?

జ. **అలహాబాద్**

430. శాలంకాయనుల బిరుదులు?

జ. **పరమబట్టారక, పరమేశ్వర**

431. హస్తినవర్మను శాసనాలు ఏమని వర్ణిస్తున్నాయి?

జ. **అనేక నమరా వాప్త విజయుడు**

432. వీరు పోషించిన మతములు ఏవి?

జ. **శైవ, వైష్ణవ మతములు**

433. శాలంకాయనుల ఇష్ట దైవం?

జ. **చిత్ర రథస్వామి (సూర్యుడు)**

434. వీరి కాలములో రాజభాష?

జ. **సంస్కృతము**

435. విష్ణుకుండిల వంశకర్త ఎవరు?

జ. **మొదటి గోవిందవర్మ**

436. రెండవ గోవిందవర్మ బిరుదము ఏమిటి?

జ. **'జనాశ్రయ'**

437. ఏ చందోగ్రంథము ఇతని పేరు మీద రచించబడినది?

జ. **'జనాశ్రయచ్ఛందో విచతి'**

వాకాటకులు

438. వాకాటక రాజ్యస్థాపకుడు ఎవరు?

జ. **వింధ్యశక్తి**

439. వింధ్యశక్తి వాకాటక రాజ్యాము‌ను ఎప్పుడు స్థాపించినాడు?

జ. **క్రీ.శ. 270లో**

440. ప్రవరసేనుడు బిరుదములు?

జ. **ప్రవీర, సామ్రాట్**

441. రెండవ ప్రవరసేనుడు రచించిన గ్రంథము ఏది?

జ. **ప్రాకృతంలో 'సేతుబంధు' కావ్యము**

441. ఎ) రెండవ రుద్రసేనుడు వివాహము చేసుకొన్న ప్రభావతి ఎవరి కుమార్తె?

జ. **చంద్రగుప్త విక్రమాదిత్యుడు**

ప్రాచీన పల్లవులు

442. పల్లవుల చరిత్రకు ముఖ్యమైన ఆధారములు ఏవి?

జ. **1) శాసనములు 2) సారస్వతము అని రెండు విధానములు**

443. పల్లవ రాజుల శాసనములు ఏ భాషలో తెల్పబడుచున్నవి?

జ. **రెండవ పల్లవులది సంస్కృతములోను, మొదటి పల్లవులది ప్రాకృతములో**

444. ఏ శాసనము ద్వారా పల్లవులు సంగీత శాస్త్రానికి చేసిన సేవలు తెలియుచున్నది?

జ. **కుడిమీయమలై శిలా శాసనము**

445. పల్లవుల చరిత్రకు ముఖ్య ఆధారమైన గ్రంథము ఏది?

జ. **'కలంబకం' దీనికి మరోపేరు నందిక్కలంబకమ్**

446. ఇందులోని పద్యములు ఎవరి గురించి చాటుతున్నవి?

జ. **మూడో నందివర్మ పల్లవ ముల్లుని**

447. పల్లవ రాజ్యములో ముఖ్యమైన నగరములు ఏవి?

జ. **కాంచిపురం, మామల్లపురం, మైలాపూర్**

448. మంచికల్లు శాసనము ఎవరు వేయించినారు?

జ. **సింహవర్మ**

449. శివస్కంధ వర్మ వేయించిన శాసనము ఏది?

జ. **మైదవోలు శాసనము**

450. ప్రాకృత భాషలో శాసనములు వేయించే పద్ధతిని పల్లవులు ఎవరి నుండి గ్రహించారు?

జ. శాతవాహనుల నుండి

451. పల్లవుల కాలమును చరిత్రకారులు ఏ శతాబ్దములోనిదిగా గుర్తించారు?

జ. క్రీ.పూ. 600లో

452. పల్లవ రాజులలో ప్రథముడు ఎవరు?

జ. వీరకుర్చవర్మ

453. వీరకుర్చవర్మ బిరుదము ఏది?

జ. బప్ప బట్టారకుడు అనే పేరు

454. శివస్కంధ వర్మ బిరుదము ఏది?

జ. దర్మమహా రాజాధిరాజా

455. పట్టాభిషేక సమయములలో నూతన నామమును స్వీకరించే సాంప్రదాయం ఎవరిలో కన్పిస్తున్నది?

జ. పల్లవులలో

456. పల్లవులలో ప్రభువుల చిహ్నం ఏది?

జ. వృషభం

457. కాంచీపురంలోని పల్లవ న్యాయస్థానము 'అధికారణము' అని ఏ గ్రంథములో తెలుస్తున్నది?

జ. మత్త విలాసంలో

458. పల్లవుల రేవు పట్టణములో ముఖ్యమైనది ఏది?

జ. మహామల్లపురం

459. ఇది ఏ యుగంనుండి ప్రసిద్ధి ఓడరేవుగా ఉన్నది?

జ. సంగమ యుగం నుండి

460. చైనా యాత్రికుల కొరకు 'చీనాపగోడా'ను ఎవరు కట్టించినారు?

జ. రెండో నరసింహవర్మ

461. ఏ శాసనము రెండో మహేంద్రవర్మ వర్ణాశ్రమ ధర్మనిధులు పాటించినట్లు తెల్పును?

జ. కూరం శాసనములో

462. వీరి కాలములో దేవాలయముల ముఖ్య అధికారి ఎవరు?

జ. కులంగెలర్

463. పల్లవుల కాలములో ఆనాటి గొప్ప విద్యా కేంద్రము ఏది?

జ. కాంచీపురం

464. పల్లవుల కాలములో ఘటిక అనగా ఏమిటి?

జ. **గొప్ప ఉన్నత విద్యా కేంద్రము**

465. కాంచీపుర శాసనములో ఘటిక సభ్యులను ఏమని పిలిచేవారు?

జ. **మహాజనం**

466. పల్లవుల కాలములో దేవాలయాలన్నీ ఏ విధముగా వాడుకునేవారు?

జ. **విద్యానిలయాలుగా, సంస్కృతిక కేంద్రములుగా**

467. పల్లవుల కాలములోనే అద్వైత వేదాంతి ఎవరు?

జ. **శంకరాచార్యుడు**

468. పల్లవుల కాలములో గొప్ప శైవమత కేంద్రము ఏది?

జ. **తిరువట్రియార్ మతము**

469. ఆనాడు బౌద్ధమతంలోని శాఖలు ఏవి?

జ. **1) మహాయానం 2) స్థవీర బౌద్ధం 3) ధ్యాన బౌద్ధం**

470. తమిళ సారస్వతానికి అపారమయిన సేవచేసిన వారు ఎవరు?

జ. **జైనులు**

471. క్రీ.శ. 470 సంవత్సరములో జైనుల సంఘాన్ని ఏర్పరిచినవారు ఎవరు?

జ. **వజ్రనంది**

472. లోక విభాగము ఎవరి గ్రంథము, ఏది?

జ. **దిగంబర - జైన గ్రంథము**

473. క్రీ.శ. మొదటి శతాబ్దం నుంచి జినకంచి అనే పేరుకలిగిన పట్టణము ఏది?

జ. **కాంచీపురం**

474. జినకంచిలోని చంద్రప్రభ తీర్థాంక ఆలయములు ఎవరిచే నిర్మించేవారు?

జ. **రెండో నరసింహవర్మ**

475. పల్లవుల కాలములో తీరవాలు పాడటానికి ఏర్పాట్లు ఉన్నది అని తెల్పుతున్న శాసనము?

జ. **తిరువల్లం బిల్వనాదేశ్వర ఆలయములో మూడో నందివర్మ శాసనము**

476. పల్లావరం గుహ శాసనంలో సంకీర్నజాతి అన్న బిరుదు ఎవరి గురించి తెల్పుతున్నది?

జ. **మొదటి మహేంద్రవర్మ**

477. మహేంద్రవర్మ ఏ రకము సంగీతికృతిని కనిపెట్టినాడు?

జ. **'సంకీర్ణజాతి' అనే తాళజాతిని**

478. ఎవరికాలము నుండి భరతనాట్యము బహుళ వ్యాప్తి పొందినది?

జ. **మహేంద్రవర్మ**

479. తమిళ దేశములో గుహాలయ నిర్మాణ పద్ధతని మొదటిసారిగా ఎవరు ప్రవేశపెట్టినారు?

జ. **మహేంద్రవర్మ**

480. తొలికాలపు పల్లవుల శిల్పములపై ఎవరి ప్రభావము కనబడుతున్నది?

జ. **వేంగి శిల్ప ప్రభావం**

481. మహామల్లపురంలోని 'Seven Pagodas' అనబడిన ఏకరాతి రథములు ఎవరు నిర్మించారు?

జ. **మహామల్లుడు (నరసింహవర్మ-1)**

482. పల్లవుల కాలములో వైష్ణవ భక్తుల అందరిలో గొప్పవాడు ఎవరు?

జ. **తిరుమంగై ఆళ్వార్**

483. తిరుమంగై ఆళ్వార్ బిరుదము ఏమిటి?

జ. **'చతుష్కవి శిఖామణి'**

ప్రాచీన తమిళ రాజ్యములు

484. ప్రాచీన దక్షిణ రాజులలో గొప్పవాడు?

జ. **కరికాలుడు**

485. విదేశీ వాణిజ్యమునకు తమిళదేశములో ముఖ్య కేంద్రము?

జ. **కావేరి పట్టణము**

486. చోళవంశ స్థాపకుడు?

జ. **కరికాలుడు**

487. 'చేర' వంశస్థులలో గొప్పవాడు ఎవరు?

జ. **నెడుంజెలియన్**

488. నెడుంజెలియన్ బిరుదము?

జ. **'అదిరాజన్'**

489. క్రీ.శ. 130 చేర రాజులందరిలో గొప్పవాడు?

జ. **సెంగుట్టువాన్**

490. సెంగుట్టువాన్ కేరళ రాజ్యములో ప్రవేశపెట్టిన పూజ ఏమిటి?

జ. **పత్తిణి పూజ**

491. పత్తిణి విగ్రహము కోసం సెంగుట్టువాన్ జరిపిన జైత్రయాత్ర గురించి ఎందులో తెలుస్తున్నది?

జ. **శిల్పాధికారం**

492. శిల్పాధికారమును రచించినది?

జ. **నెడుంజెలియన్**

493. ఆనాడు ప్రసిద్ధ విదేశీ వాణిజ్య కేంద్రము?

జ. **క్రాంగనూర్ (ముజురీస్)**

494. క్రీ.శ. 210లో పాండ్యరాజులలో అగ్రగణ్యుడు ఎవరు?

జ. **నెడుంజెలియన్**

495. వీరు చోళ రాజ్య కూటమిని ఏ యుద్ధములో ఓడించినారు?

జ. **తలైయాలంగానం**

496. నెడుంజెలియన్ బిరుదము.

జ. **పరమేశ్వరా!**

గుప్త సామ్రాజ్యము

497. గుప్త నామము గురించి ఏ శాసనములో కన్పిస్తున్నాయి?

జ. **శుంగ, శాతవాహన శాసనములో**

498. గుప్తుల చరిత్ర గురించి మనకు ఎన్ని శాసనములు లభిస్తున్నాయి?

జ. **40 శాసనములు**

499. గుప్త రాజులలో ప్రథముడు?

జ. **శ్రీగుప్తుడు**

500. శ్రీగుప్తుడు చైనా యాత్రికుల కొరకు ఆలయాన్ని కట్టించినట్లు ఎవరి గ్రంథాల వలన తెలుస్తున్నది?

జ. **ఇత్సింగ్ క్రీ.శ. 671-675లో**

501. గుప్త రాజ్య నిర్మాత ఎవరు?

జ. **మొదటి చంద్రగుప్తుడు క్రీ.శ. 319-335**

502. ఏ వంశస్థుల రాకుమారిని చంద్రగుప్తుడు వివాహము చేసుకొన్నాడు?

జ. **లిచ్ఛవి రాకుమార్తె కుమారదేవి**

503. దేని జ్ఞాపకార్థము బంగారు నాణెములు ముద్రించినాడు?

జ. **కుమారదేవి చంద్రగుప్తుల వివాహము యొక్క జ్ఞాపకార్థం**

504. సముద్రగుప్తుడు రాజ్యమునకు వచ్చిన సంవత్సరము?

జ. **క్రీ.శ. 335లో**

505. సముద్రగుప్తుడు ఎవరి కుమారుడు?

జ. **చంద్రగుప్తుడు - కుమారిదేవిల**

506. సముద్రగుప్తుని చరిత్రకు ముఖ్యమైన ఆధారము ఏది?

జ. **అలహాబాదు ప్రశస్తి శాసనము**

507. ఏ రాజులు గుప్త పద్ధతిలో నాణెములు వాడుతూ ఉండేవారు.

జ. **సిథియాన్ రాజులు**

508. సింహళ రాజైన మేఘవర్ణుడు ఎవరి అంగీకారము కొరకు రాయబారిని పంపినాడు

జ. **సముద్రగుప్తుని**

509. మేఘవర్ణుడు సముద్రగుప్తుని ఏమని కోరినాడు?

జ. **బుద్ధగేయ సమీపంలో ఒక బౌద్ధ విహారము నిర్మించడానికి కోరినాడు**

510. సముద్రగుప్తుడి బిరుదములేమిటి?

జ. **ఇండియన్ నెపోలియన్ మరియు కవిరాజు**

511. సముద్రగుప్తుడు సంగీత అభిమాని అని దేని ద్వారా మనకు తెలుస్తున్నాయి?

జ. **బంగారు నాణెము మీద ఇతడు వీణ వాయిస్తున్నట్లు ముద్రించి ఉన్నది**

512. సముద్రగుప్తుని కాలములో ఆదరణ పొందిన బౌద్ధవేత్త ఎవరు?

జ. **పసుబంధుడు**

513. రామగుప్తుని కథ మనకు ఎందులో తెలుస్తున్నది.

జ. **దేవి చంద్రగుప్తములో**

514. దేవి చంద్రగుప్తము రచయిత ఎవరు.

జ. **విశాఖదత్తుడు**

515. రెండవ చంద్రగుప్తుని కాలము ఏది?

జ. **క్రీ.శ. 380-414**

516. రెండవ చంద్రగుప్తుని బిరుదము.

జ. **'పరమ భాగవత'**

517. చంద్రగుప్తుని ప్రధాన శత్రువు ఎవరు?

జ. **శకరాజు**

518. శకరాజును జయించినందువలన లభించిన బిరుదము.

జ. **శకరి, సహసాంక**

519. చంద్రగుప్తుని సేనాని ఎవరు?

జ. **అమరక దేవుడు**

520. చంద్రగుప్తుడు ఎవరిని వివాహము చేసుకొన్నాడు.

జ. **నాగవంశ రాణి అయిన కుభేర నాగను**

521. చంద్రగుప్తుని నాణెములపై వ్యాఘ్రానికి బదులు దేనిని ముద్రించినాడు?

జ. **సింహము బొమ్మ**

522. బంగారు నాణెములపై యున్న శాసనము ఏది.

జ. **సింహ విక్రయ**

523. చంద్రగుప్తుని కాలములో పది సంవత్సరాలు గడిపిన చైనా యాత్రికుడు ఎవరు?

జ. **ఫాహియాన్**

524. ఫాహియాన్ కాలము ఏది?

జ. **క్రీ.శ. 400-411**

525. చంద్రగుప్తుని కాలములో ఆస్థాన కవులను ఏమని పిలిచేవారు?

జ. **నవరత్నములు అని**

526. ఒకటో కుమారగుప్తుని కాలము ఏది?

జ. **క్రీ.శ. 414-435 వరకు**

527. అశ్వమేద క్రతువు చేసినందుకు కుమారగుప్తుడు ఏమని బిరుదు వహించినాడు?

జ. **మహేంద్రాదిత్మ అని**

528. ఒకటవ కుమార గుప్తుడు ఎవరికి ఎక్కువగా ప్రాధాన్యత ఇచ్చినాడు?

జ. **కార్తికేయునకు**

529. కుమార గుప్తుడు ముద్రించిన నాణెములపై ఏ విధముగా కనబడుతున్నది?

జ. **ఒకవైపు కార్తికుయుడు నెమలి వాహనముపైనను, రెండవ వైపు రాజు నెమలికి మేత వేస్తున్నట్లు**

530. కుమారగుప్తుడు వెండి నాణెములపై ఏ గుర్తులు ముద్రించినాడు?

జ. **గరుడ స్థానములో మయూరము కనబడుతున్నది**

531. స్కంధగుప్తుడు కాలము ఏది.

జ. **క్రీ.శ. 435-467 వరకు**

532. శాసనములలో ఇతడు ఎవరితో యుద్ధము చేసి పారదోలినట్లు తెలుస్తోంది?

జ. **మ్లేచ్ఛులను**

533. ఇతని బిరుదము ఏది?

జ. **'విక్కమాదిత్య'**

534. రాజధానిని పాటలీపుత్రము నుండి ఉజ్జయినికి మార్చినవారు ఎవరు?

జ. **చంద్రగుప్త, విక్రమాదిత్యుడు**

535. హ్యూయన్‌త్సాంగ్ చెప్పిన బౌద్ధమత అభిమాని నలంద సంఘ నిర్మాత ఎవరు?

జ. **నరసింహగుప్తుడు**

536. ఏ ఆధారాల వలన మనకు గుప్తుల పాలనా విధానము తెలుస్తున్నది?

జ. **శాసనములు బట్టి, ఫాహియాన్ రచనలను బట్టి**

537. సామ్రాజ్యమును ఏ విధముగా విభజించినారు?

జ. **భుక్తులుగా**

538. వీరి కాలములో నగర శ్రేష్ఠి అనగా ఎవరు?

జ. **పట్టణ వర్తక సంఘ పెద్ద**

539. సార్థవాహుడు అనగా ఎవరు.

జ. **వర్తక సంఘమునకు అధ్యక్షుడు**

540. గుప్తుల నాటి సంఘము దేనిపై ఆధారపడియున్నది?

జ. **వర్ణ వ్యవస్థలపై**

541. ఈ కాలములో వర్ణ ధర్మాలను నిర్వచిస్తూ క్రోడీకరించిన శాస్త్రము ఏది?

జ. **మనుధర్మశాస్త్రము**

542. వీరి కాలములోని ముఖ్యమైన రేవు పట్టణములు?

జ. **తామ్రలిప్తి, బరుకచ్ఛము**

543. గుప్తులు ఏ మతాభిమానులు?

జ. **బ్రాహ్మణ మతాభిమానులు**

544. వీరి కాలములో ఎక్కువగా ప్రచారము పొందిన గ్రంథము.

జ. **'భగవద్గీత'**

545. నలందలోని బౌద్ధ విశ్వవిద్యాలయాన్ని ప్రారంభించిన చక్రవర్తి?

జ. **కుమారగుప్తుడు**

546. ఎవరి కాలములో బుద్ధుడు విష్ణువు అవతారముగా మారినాడు?

జ. **గుప్తుల కాలములో**

547. గుప్తుల కాలులో జైనమతము ఎక్కుగా ఎక్కడ ఉన్నది?

జ. **గుజరాత్, మాళవ, రాజస్థాన్**

548. క్రీ.శ. 454లో జైన సంఘము ఎక్కడ సమావేశమై సిద్ధాంతాలు క్రోడీకరించింది?

జ. **వల్లభిలో**

549. గుప్తుల కాలమునకు ఏఏ యుగాలతో పోలుస్తారు?

జ. **గ్రీకులోని పెరిక్లిన్ యుగముతో, రోమ్ అగస్టన్ యుగముతో, ఇంగ్లండ్‌లోని ఎలిజిబెత్ యుగముతో**

550. గుప్త యుగములో ఎక్కువగా ప్రోత్సాహము లభించిన భాష?

జ. **సంస్కృతము**

551. ఎక్కువగా ఎవరిలో సంస్కృతము వ్యాప్తి చెందినది?

జ. **మహాయాన బౌద్ధులలో మరియు బ్రాహ్మణులలో**

552. చంద్రగుప్తుని సేనాని ఎవరు?

జ. **'హరిసేనుడు' ఇతడు గొప్ప కవి**

553. ఈ కాలములోని కాళిదాసు కావ్యముల ఏవి?

జ. **రఘువంశము, కుమారసంభవము, మేఘసందేశము**

554. కాళిదాసు సుప్రసిద్ధ నాటకములు ఏవి?

జ. **అభిజ్ఞాన శాకుంతలము, విక్రమోర్వశీయము, మాళవికాగ్ని మిత్రము**

555. శూద్రకుడు రచించిన కావ్యము ఏది?

జ. **మృచ్ఛకటికం**

556. విశాఖదత్తుడు రచించిన రచనలు ఏవి?

జ. **ముద్రారాక్షసము, దేవి చంద్రగుప్తము, సుబంధు, వాసవదత్త**

557. బౌద్ధుడు అయిన అమరసింహుడు రచించినది ఏమటి?

జ. **అమరకోశాన్ని**

558. ఈ కాలములో మహాయాన మతమును వృద్ధి చేసినవారు ఎవరు?

జ. **అసంగుడు, వసుబంధుడు, దిజ్నాగుడు, బుద్ధ పాలితుడు, భావివివేకుడు**

559. సైందవ తర్క శాస్త్రమునకు పితామహుడు ఎవరు?

జ. **దిజ్నాగుడు**

560. గుప్త యుగములో గణితశాస్త్ర ప్రముఖులు ఎవరు?

జ. **ఆర్యభట్టు, వరాహమిహిరుడు, బ్రాహ్మగుప్తుడు**

561. సూర్య చంద్ర గ్రహణాలను శాస్త్రోక్తముగా నిర్వచించిన వారు ఎవరు?

జ. **ఆర్యభట్టు**

562. ఖగోల శాస్త్రములో ఎవరి పరిశీలన ఆధారవముగా హైందవ పంచాంగాన్ని మార్చబడినది?

జ. **వరాహమిహిరుడు**

563. ఈ కాలములో శారీరక శాస్త్రభ్యాసమును ప్రోత్సహించిన వారు ఎవరు?

జ. **శుశ్రుతుడు**

564. వైద్యశాస్త్రముపై అష్టాంగ సంగ్రహమును రచించిన వారు ఎవరు?

జ. **వాగ్భటుడు**

565. దేవాలయాల నిర్మాణమునకు, శిల్ప చిత్రాలకు కారణమైన ఉద్యమము ఏది?

జ. **భక్తి ఉద్యమము**

566. గుప్తుల కాలము నాటి దశావతారాల దేవాలయము ఎక్కడ గలదు?

జ. **ఝాన్సీ సమీపంలో దేవాగర్‌లో**

567. అజంతాలోని 16, 17, 19 సంఖ్యా గుహలలో కుడ్యాలపై ఉన్న చిత్రాలు ఎవరి కాలమునకు చెందినది?

జ. **గుప్తుల యుగముకు చెందినవి**

568. వీరి కాలములో ఏ విధమైన కళ ఉన్నత స్థాయిని అందుకున్నది?

జ. **మహంకార కళ**

569. నాలుగు చతురస్రాలు సమాన కప్పు కల్గిన గుడి ఎక్కడ ఉన్నది?

జ. **సాంచిలో గలదు**

570. వీరి కాలములో దీర్ఘ చతురస్రము కల్గిన గుడి ఏది?

జ. **కపూతేశ్వర గుడి, అయ్యావోలు**

హూణులు

571. హూణులు ఎవరు?

జ. **చైనా సరిహద్దులోని మంగోలియా ప్రాంతీయ వాసులు**

572. 5వ శతాబ్దములో ఐరోపాపై దాడి జరిపిన హూణు నాయకుడు?

జ. **అట్టిలా**

573. భారతదేశముపై మొదటిసారిగా హూణు దండయాత్ర ఎప్పుడు జరిగింది?

జ. **క్రీ.శ. 460లో**

574. హూణులు ఎవరిపై దండెత్తినారు?

జ. **స్కంధగుప్తునిపై**

575. హూణుల నాయకులలో గొప్పవాడు ఎవరు?

జ. **తోరమానుడు**

576. ఏ గ్రంథములు వలన తోరమానుడు జైనమతము స్వీకరించినట్లు తెలుస్తుంది?

జ. **జైనమతమును**

577. మిహిరకుడు ఎవరు?

జ. **తోరమానుని కుమారుడు**

578. మిహిరకుని దురాగతాలను తెల్పుచున్న రచన ఏది?

జ. **కల్హణుని రాజతరంగిణి**

579. మిహిరకుడు క్రూరుడు అని తెల్పుతున్న నావికుడు ఎవరు?

జ. **గ్రీకు నావికుడయిన 'కాస్మాస్'**

580. యశోధర్ముడు అనే రాజు మిహిరకుడును ఓడించినట్లు ఏ శాసనములో తెలుస్తుంది?

జ. **మందసర్ శాసనం**

581. హూణుల దండయాత్ర వలన జరిగిన ముఖ్యమైన సంఘటన ఏమిటి?

జ. **గుప్త సామ్రాజ్య విచ్చిన్నత**

582. భారతదేశములో బౌద్ధ మత క్షీణతకు కారణము ఏది?

జ. **హూణుల దండయాత్ర**

పుష్యభూతి వంశము

583. పుష్యభూతి మూల పురుషుడు ఎవరు?

జ. **పుష్యభూతి**

584. ఈ వంశానికి ఆ పేరు వచ్చినట్లు చాటుతున్న గ్రంథము ఏది?

జ. **బాణుని 'హర్ష చరిత్ర'**

585. హర్ష చరిత్ర ప్రభాకరవర్ధనుని ఏమని వర్ణిస్తున్నది?

జ. **'హూణ హరిణి కేసరి'**

586. ప్రభాకరవర్ధని బిరుదము ఏది?

జ. **మహారాజాధిరాజ**

587. హర్షవర్ధనుని కాలము ఏది?

జ. **క్రీ.శ. 606 నుండి 47 వరకు**

588. హర్షుని బిరుదము ఏది?

జ. **రాజపుత్ర, శిలాదత్య**

589. హర్షుని ఓడించిన బాదామి చాళుక్య రాజు ఎవరు?

జ. **రెండవ పులకేశి**

590. హర్షుడు సంస్కృతములో రచించిన నాటకములు ఏవి?

జ. **నగానందము, ప్రియదర్శిని, రత్నావళి**

591. 5 సం॥లకు ఒక్కసారి మహామోక్ష పరిషత్తుని ఎక్కడ జరిపేవాడు?

జ. **ప్రయాగలో**

592. హర్షుని గురించి తెలుపుతున్న గ్రంథాలు ఏవి?

జ. **హర్ష చరిత్ర, సి.యూకి**

593. యువాన్‌ఛాంగ్ ఎన్నో మోక్ష పరిషత్తుకు హాజరు అయినారు?

జ. **ఆరో పరిషత్తుకు**

594. మహాపరమేశ్వరునిగా తెల్పుతున్న శాసనములు ఏవి?

జ. **బన్స్‌జెర, ముధుబన్**

595. యువాన్‌త్సాంగ్ ఎక్కడ పరిషత్తులో అధ్యక్షుడిగా చేసినాడు?

జ. **కనూజ్‌లోని**

596. కనూజ్ పరిషత్తు ముఖ్య ఉద్దేశ్యము ఏమిటి?

జ. **మహాయాన మతం ప్రాశస్త్యాన్ని చాటడానికి**

597. సి.యూ.కి. గ్రంథ రచయిత ఎవరు?

జ. **యువాన్‌త్సాంగ్**

598. హర్షుడు చైనా రాజైన టైచుంగ్‌కు ఎన్ని రాయబారములు పంపినాడు?

జ. **మూడు**

599. హర్షుని కాలములో తగరము లోహము ప్రసిద్ధిచెందిన ప్రాంతము ఏది?

జ. **వంగ రాష్ట్రము**

600. 'జోహార్' పద్ధతి ఏ శాసనములో కన్పిస్తున్నది?

జ. **ఏరాన్ శాసనములో**

601. హర్షుని కాలములో బౌద్ధమతము ఆదరణ కల్గి ఉన్న ప్రాంతాలు ఏవి?

జ. **జలంధర్, నలందా, కంచి, ధాన్యకటకము**

602. హర్షుని కాలములో మహాయాన మతములోని మార్పు?

జ. **విగ్రహారాధన, బుద్ధుడు దేవుడు అయినాడు**

603. హర్షుని కాలము మహాయానము త్రయము ఏ మతానికి దారి తీసింది?

జ. **వజ్రయానము**

604. హర్షుని కాలములోని గొప్ప శైవ క్షేత్రము ఎక్కడ గలదు?

జ. **వారణాశిలో**

605. ఆనాడు శైవులలో బయలుదేరిన తెగలు ఏమిటి?

జ. **కాలాముఖి, కాపాలికా**

606. ఆనాడు కాపాలిక పూజా విధాన కేంద్రము ఏది?

జ. **శ్రీపర్వం (శ్రీశైలం)**

607. భాణభట్టు రచించిన వచన కావ్యము లెవ్వి?

జ. **హర్ష చరిత్ర, కాదంబరి**

608. భవభూతి రచించిన నాటకములు ఏవి?

జ. **ఉత్తర రామచరిత్ర, మహావీర చరిత్ర, మాలతీ మాధవ**

609. ఆనాటి విద్యా కేంద్రములు అన్నిటిలో ముఖ్యమైనవి?

జ. **నలంద, వల్లభి**

610. వల్లభి విశ్వవిద్యాలయాన్ని స్థాపించినవారు ఎవరు?

జ. **మౌఖరి వంశస్థులు**

చాళుక్యులు

611. చాళుక్యుల అభిమాన దేవత ఎవరు?

జ. **హారతి**

612. హారతి దేవాలయాలు ఎక్కడ బయల్పడినవి?

జ. **నాగార్జున కొండలో**

613. చాళుక్యుల శాసనములో మూలపురుషుడు ఎవరు అని తెల్పుతున్నది?

జ. **జయసింహ వల్లభుడు**

614. అశ్వమేధాన్ని చేసినట్లు అయ్యావోలు ప్రశస్తి ఎవరిగురించి తెల్పుతున్నది?

జ. **మొదటి పులకేశి**

615. బాదామి చాళుక్యులలో గొప్పవాడు ఎవరు?

జ. **రెండవ పులకేశి**

616. రెండవ పులకేశి వేంగిని జయించినట్లు తెల్పుతున్న శాసనము?

జ. **మారుటూరు శాసనము**

617. రెండవ పులకేశికిను ఏ పారశీక చక్రవర్తికి రాయబారాలు నడిచినవి?

జ. **రెండవ ఖుస్రూకు**

618. రెండవ పులకేశి పల్లవరాజ్యముపై ఎప్పుడు దండెత్తినాడు?

జ. **క్రీ.శ. 641లో నరసింహవర్మ మీదకు**

619. బాదమి చాళుక్యులలో చివరివాడు?

జ. **రెండవ కీర్తివర్మ**

620. చాళుక్యుల రాజభాష ఏది.

జ. **సంస్కృతము**

621. గాంగ దుర్నీతుడు రచించిన గ్రంథములు ఏవి?

జ. **శబ్దవతిక, భారవి, కిరాతార్జునీయము**

ప్రతీహారులు

622. రసపుత్రులలో మొదటివారు ఎవరు?

జ. **ప్రతీహారులు**

623. వీరు ఏ జాతికి చెందినవారు?

జ. **ఘూర్జార జాతికి**

624. ప్రతీహారుల ప్రథమ రాజధాని ఏది?

జ. **జోధపూర్. ప్రాంతములోని బిన్ముల్**

625. ప్రతీహార రాజ్యస్థాపకుడు ఎవరు?

జ. **నాగభట్టుడు**

626. ప్రతీహారుల కాలము ఏది?

జ. **క్రీ.శ. 783 నుండి 815 వరకు**

627. ప్రతీహారుల వంశ ప్రతిష్ఠను పెంచినవాడు ఎవరు?

జ. **మిహిర భోజకుడు, క్రీ.శ. 683-85 వరకు**

628. మిహిర భోజకుడు గురించి తెల్పిన అరబ్ యాత్రికుడు ఎవరు?

జ. **సూలేమాన్ క్రీ.శ. 851**

గహద్వాలులు

629. గహద్వాలులకు మరొక నామము ఏమటి?

జ. **రాథోరులు**

630. వీరి వంశ మూల పురుషుడు

జ. **చంద్రదేవుడు క్రీ.శ. 1085-1100 వరకు**

631. చంద్రదేవుడు మహమ్మదీయులను ఎదిరించుటకు వేసిన పన్ను?

జ. **'తురకదండ' అనే పన్ను**

632. రాఠోరులలో ప్రసిద్ధుడు?

 జ. **జయచంద్రుడు**

633. 1193 క్రీ.శ.లో జరిగిన చాంద్‌వార్ యుద్ధం ఎవరి మధ్య జరిగినది?

 జ. **మహమ్మద్ ఘోరీనకు జయచంద్రునకు మధ్య**

చౌహానులు

634. చౌహానులలో మొట్ట మొదటి స్వాతంత్రుడైన రాజు?

 జ. **సింహారాజ్ చౌహాన్ క్రీ.శ. 956లో**

635. ఇతని బిరుదము?

 జ. **మహారాజాధిరాజు**

636. చౌహానుల్లో గజనీ వంశస్థులను ఓడించి ఢిల్లీనీ ఆక్రమించిన వారు ఎవరు?

జ. **విశాలదేవుడు**

637. అజయరాజు నిర్మించిన నగరము ఏది?

 జ. **అజ్మీర్**

638. సోమదేవ మహాకవి రచించిన నాటకము లెవ్వి?

జ. **లలిత విగ్రహరాజ నాటకము, విశాలదేవుని హరికేళి**

639. చౌహానులలో అగ్రగణ్యుడు ఎవరు?

 జ. **పృథ్వీరాజ్, క్రీ.శ. 1179–92 వరకు**

640. 'పృథ్వీరాజ్ రసో' అనే హిందీ కావ్యం ఎవరు రచించారు?

 జ. **చంద్‌బర్‌దాయ్**

641. మొదటి తరయిన్ యుద్ధము ఎవరి మధ్య జరిగింది?

 జ. **ఘోరీకి, పృథ్వీరాజ్‌నకు మధ్య**

642. చందేలుల రాజధాని ఏది?

 జ. **ఖజురాహో**

643. చందేలుల మూలపురుషుడు ఎవరు?

జ. **జయశక్తి వల్ల**

644. చందేలులలో అగ్రగణ్యుడు?

 జ. **విద్యాధరుడు**

645. రసపుత్ర యుగములో ముఖ్యులైన మతాచార్యులు ఎవరు?

జ. **శంకరుడు, రామానుజ, మధ్వాచార్యుడు**

646. పూర్వ మీమాంసా పద్ధతి వ్యాప్తిలోనికి తెచ్చినవాడు ఎవరు?

జ. కుమారిలభట్టు

647. ఎవరి పద్ధతిని ఉత్తర మీమాంసా పద్ధతి అంటారు?

జ. శంకరుని పద్ధతిని

648. శంకరుని బోధనలు అనుసరించే వారిని ఏమని పిలుస్తారు.

జ. స్మార్తులు అని

649. వీరి ప్రమాణిక గ్రంథములు?

జ. స్మృతులు

650. శంకరుడు జన్మించిన స్థలము ఏది?

జ. కాలండి

651. శంకరుడు ప్రతిపాదించిన సిద్ధాంతము?

జ. అద్వైత వాదం

652. రామానుజాచార్యులు ప్రతిపాదించిన మార్గము?

జ. విశిష్టాద్వైత మార్గము

653. రామానుజాచార్యుని ప్రధాన కేంద్రములు ఏవి?

జ. శ్రీరంగక్షేత్రము, తిరుపతి

654. ద్వైత సిద్ధాంతమును ప్రతిపాదించినది ఎవరు?

జ. మధ్వాచార్యులు

655. ద్వైత, అద్వైత సిద్ధాంతాలను, భేదాలు సిద్ధాంతాన్ని ప్రతిపాదించినవాడు?

జ. నింబార్కుడు

656. పాలాకలి అనగా ఏమిటి?

జ. రాక్షస వివాహము ద్వారా చేసుకున్న భార్య

657. గణిత, ఖగోళ శాస్త్రమైన సిద్ధాంత శిరోమణిని ఎవరు రచించినారు?

జ. భాస్కరాచార్యుడు

658. చక్రపాణి దత్తుడు రచించిన గ్రంథము ఏది?

జ. చికిత్సాసార సంగ్రహము

659. రామాయణమును చంపు శైలిలో రచించినది ఎవరు?

జ. భోజుడు

660. జయదేవుడు రచించిన గ్రంథము?

జ. గీత గోవిందము

661. 'ధ్వన్యాలోకములో' ధ్వనియే కావ్యానికి జీవము అనే సిద్ధాంతాన్ని ప్రతిపాదించినవారు?

జ. **ఆనందవర్ధనుడు**

662. ఈ యుగములో మరొక ముఖ్యమైన లక్షణము ఏది?

జ. **చారిత్రక రచన అవతరణ**

663. పద్మగుప్తుని రచనము ఏది?

జ. **'నవసాహసాంక' చరిత్రము**

664. బిల్హను రచనలు ఏవి?

జ. **కర్ణసుందరి, విక్రమార్క చరిత్రము**

665. రాజతరంగిణి, కాశ్మీర్ రాజవంశ చరిత్ర రచించిన కవి ఎవరు?

జ. **కల్హణ కవి**

666. ఈ యుగములో అభివృద్ధిలోనికి వచ్చిన భాష?

జ. **హింది**

667. ఆనాటి ఆలయ నిర్మాణమునకు ముఖ్య కేంద్రము?

జ. **ఒరిస్సా, మధ్యభారత్, గుజరాత్‌లు**

రాష్ట్ర కూటులు

668. రాష్ట్రకూట రాజ్య స్థాపకుడు ఎవరు?

జ. **దంతిదుర్గుడు**

669. దంతిదుర్గుడు రాజ్యమును ఎప్పుడు స్థాపించినాడు?

జ. **క్రీ.శ. 752-56**

670. ఎవరితో మైత్రి సంబంధములు కుదర్చుకున్నాడు?

జ. **పల్లవులతో మైత్రి చేసి నందివర్మకు తన కుమార్తెను ఇచ్చినాడు**

671. ఎవరి కాలములో రాష్ట్రకూటుల చరిత్ర ఘనత వహించింది?

జ. **ధ్రువుని కాలములో 780-92 వరకు**

672. ధ్రువుని బిరుదములు ?

జ. నిరువేమ, కలివల్లభా, శ్రీవల్లభా, ధరావర్ష

673. మూడో గోవిందుని బిరుదము లెవ్వి?

జ. **జగత్తుంగ, ప్రభూతవర్ష**

674. రాష్ట్ర కూటులలో గొప్పవాడు, పండితుడు, జైనమత అభిమాని ఎవరు?

జ. **అమోఘవర్షుడు 814-80 వరకు పాలించినాడు**

675. వీరి శాసన ముద్రలలో లభించిన గుర్తులు ఏవి?

జ. గరుడ, మహాయోగి శివుడు కన్పిస్తారు

676. వీరి కాలములో పాండురంగ భక్తికి ముఖ్య కేంద్రము ఏది?

జ. పండరీపూర్

677. వీరి కాలములో ఆదరణ లభించిన భాషలు?

జ. సంస్కృతము, కన్నడము

678. కన్నడములో మొట్టమొదటి అలంకార గ్రంథమును రచించినది ఎవరు?

జ. అమోఘవర్షుడు

679. అమోఘవర్షుడు రచించిన వ్యాకరణము?

జ. కవిరాజమార్గము మరియు ప్రశ్నోత్తర మాలికలను రచించినాడు

680. ఆదికవి కన్నడములో మొదటివాడు అయిన పంపడు రచనలు ఏవి?

జ. ఆదిపురాణము, విక్రమార్జున విజయం

681. వీరి నిర్మాణములలో ప్రసిద్ధి చెందినవి ఏవి?

జ. ఎల్లోరాలోని కైలాస దేవాలయం

682. ఇది ఎవరి కాలములో నిర్మించబడినది?

జ. మొదటి కృష్ణుని కాలంలో

683. కల్యాణి చాళుక్యులలో మొదటివాడు ఎవరు?

జ. తైలపుడు

684. ఎవరి కాలములో రాజధానిని మార్చబడినది?

జ. సోమేశ్వరుని కాలంలో 1042-68 వరకు

685. ఎక్కడ నుండి ఎక్కడకు రాజధానిని మార్చినాడు?

జ. మాన్యఖేటం నుండి కల్యాణి

686. కల్యాణి చాళుక్యులలో సుప్రసిద్ధుడు ఎవరు?

జ. విక్రమాదిత్యుడు

687. విక్కమాదిత్యుని బిరుదము ఏది?

జ. త్రిభువన మల్ల

688. రెండవ తైలవుడు ఆస్థానములోని కవి ఎవరు?

జ. రన్న

689. రన్న మహాకవి రచనలు ఏవి?

జ. అజిత పురాణం, గదాయుద్ధ కావ్యాలు

690. రన్న బిరుదము ఏమిటి?

జ. **కవి చక్రవర్తి**

691. ఈ కాలములో అభినవ పంపగా, కీర్తించబడిన కవి ఎవరు?

జ. **నాగచంద్రుడు**

692. కన్నడ భాషకు ఏ మతము యుద్యమము మంచి ప్రోత్సాహము లభించినది?

జ. **వీర శైవా యుద్యమము**

693. వీర శైవులు రచించిన నీతి పద్యాలు ఏమిటి?

జ. **వచనాలు**

694. వీర శైవ రచయితలలో ప్రఖ్యాతి పొందిన రచయిత్రి ఎవరు?

జ. **అక్క మహాదేవి**

695. వీర శైవ ఉద్యమము నడిపినది ఎవరు?

జ. **బసవేశ్వరుడు**

696. ఈ మతములోని ముఖ్య లక్షణము ఏది?

జ. **శివుని చిహ్నమైన శివలింగాన్ని ధరించడం**

697. ఆంధ్ర దేశములో వీర శైవాన్ని ప్రచారము చేసినవారు ఎవరు?

జ. **మల్లికార్జున పండితారాధ్యుడు**

698. వేంగి చాళుక్యులలో వంశ స్థాపకుడు ఎవరు?

జ. **కుబ్జ విష్ణువర్ధనుడు**

699. వీరి రాజధాని?

జ. **వేంగి, రాజమహేంద్రవరం**

700. ఎవరి కాలములో రాష్ట్ర కూటులకు వేంగి చాళుక్యులకు మధ్య యుద్ధము జరిగింది?

జ. **మొదటి విజియాదిత్యుని కాలంలో**

701. రెండవ విజియాదిత్యుని బిరుదము లేమిటి?

జ. **నరేంద్ర మృగరాజు**

702. యుద్ధ భూమిలన్నిటి మీద శివాలయాలు నిర్మించినది ఎవరు?

జ. **రెండవ విజియాదిత్యుడు**

703. వేంగి చాళక్యులలో అగ్రగణ్యుడు ఎవరు?

జ. **గుణగణా విజయాదిత్యుడు క్రీ.శ. 848-90 వరకు**

704. గుణగణా విజయాదిత్యుని బిరుదములెవ్వి?

జ. **త్రిపుర మర్త్యమహేశ్వరా**

705. రాజరాజచోళుని సహాయం అర్థించిన వేంగి చాళుక్య రాజులు ఎవరు?

జ. **శక్తివర్మ, విమలాదిత్యులు**

706. వేంగి నుండి చోళుల ఆధిపత్యాన్ని తొలగించవలెను అని ప్రయత్నించింది ఎవరు?

జ. **సత్యాశ్రయుడు**

707. వేంగి చాళుక్య రాజులలో రెండుసార్లు పదవి కోల్పోయి చోళుల సహాయంతో నిలబెట్టుకున్న వారు ఎవరు?

జ. **రాజరాజ నరేంద్రుడు**

708. వేంగి చాళుక్యుల కాలములో విజృంభించిన శైవులు ఎవరు?

జ. **కాలాముఖులు**

709. వీరి కాలములో ప్రసిద్ధి చెందిన పంచారామాలు ఏవి?

జ. **అమరారామము, ద్రాక్షారామము, కోమారామము, క్షీరారామం, చాళుక్యారామం**

710. తూర్పు చాళుక్య యుగములో ఏ భాష అభివృద్ధి చెందినది?

జ. **తెలుగుభాష**

711. తెలుగులో శాసనములు కన్పిస్తున్న శాసనములు ఏవి?

జ. **పాండురంగ శాసనము, బెజవాడ శాసనము**

712. బెజవాడ శాసనమును ఎవరు వేయించినారు?

జ. **రెండవ యుద్ధమల్లుడు క్రీ.శ. 930లో**

713. బెజవాడ శాసనములో వేటి గురించి తెల్పుతున్నాయి?

జ. **తెలుగు ఛందస్సులు, తరువోజ, మధ్యాక్కరలు**

నవీన చోళులు

714. నవీన చోళులను వెలుగులోనికి తీసుకొని వచ్చిన వాడు ఎవరు?

జ. **విజయాలయుడు**

715. పాండ్య రాజైన రాజసింహుని ఓడించిన చోళుడు ఎవరు?

జ. **మొదటి పరాంతకుడు**

716. మొదటి పరాంతకుని బిరుదము.

జ. **'మధురైకొండ'**

717. కాంచిపురాన్ని పట్టుకొన్న చోళ రాజెవరు?

జ. **రెండవ పరాంతకుడు**

718. రాజరాజు బిరుదములు ఏవి?

జ. **జయంగోడ, చోళమార్తాండ, శివాపాదశేఖరా**

719. రాజరాజు ఏ రాజును కందలూరు శాలామ్ నౌక యుద్ధములో ఓడించినాడు?

జ. **చేర రాజైన భాస్కరవర్మ**

720. రాజరాజు ఉత్తర సింహళానికి పెట్టిన పేరు?

జ. **ముమ్మడి చోళమండలం**

721. రాజరాజు తంజావురులో నిర్మించిన ఆలయము పేరు ఏమిటి?

జ. **రాజేశ్వరం అన్న పేరుతో బృహధీశ్వరాలయాన్ని నిర్మించినాడు**

722. రాజేంద్రుని బిరుదము?

జ. **గంగైకొండ చోళ, కదారంగొండ**

723. రాజేంద్రుడు నిర్మించిన రాజధాని ఏది?

జ. **గంగైకొండ చోళాపురం**

724. మధురలోను, సింహళములోను తిరుగుబాట్లు ఎవరి కాలంలో జరిగినవి?

జ. **రాజాధిరాజ కాలంలో**

725. చోళుల పాలనా విధానము గ్రామాలలోని పాలన గురించి తెల్పుతున్న శాసనాలేవి?

జ. **ఉత్తరమేరూర్, కలోత్తుంగుని శాసనాలలో**

726. ఈ యుగములో ప్రత్యేకత ఏమిటి?

జ. **పాటక జనంలో కుడి, ఎడమ కులాలుగా విభజింపబడినది**

727. ఆనాడు శైవులు ఉన్న శాఖలు ఎన్ని?

జ. **కపాలిక, కాలాముఖి, పావుపతాది**

728. చోళుల సైన్యమునకు కావలసిన గుర్రాలను ఎక్కడ నుండి దిగుమతి చేసుకునేవారు?

జ. **అరేబియా నుండి**

729. చోళుల కాలములో గొప్ప పుణ్య క్షేత్రములు ఏవి?

జ. **తిరుపతి, కాళహస్తి, శ్రీరంగం, చిదంబరం, కంచి**

730. అమితిసాగరుడు అనే జైన కవి రచించిన గ్రంథము?

జ. **'యాప్పరుంగళం' అనే చంధోగ్రంథం**

731. శైవుల పవిత్రమైన పెరియ పురాణము రచించినది ఎవరు?

జ. **'శెక్కిలార్'**

732. ఈ యుగములో అందరికన్నా అగ్రగణ్యుడు ఎవరు?

జ. **'కంబన్' కవి**

733. కంబన్ కవి రచించినది ఏమిటి?

జ. **కంబ రామాయణం (తమిళంలో)**

734. తిరుత్తక్క దేవర అనే జైన భిక్షువు రచించినది?

జ. **జీవక చింతామణి**

735. ఎవరి కాలములో వెంకట మాధవుడు ఋగ్వేదానికి భాష్యం వ్రాసినాడు?

జ. **మొదటి పరాంతకుని**

736. రెండవ రాజారాజు పోషణలోని కేశవస్వామి రచించినది?

జ. **నానార్థ నవ సంక్షేమము అనే సంస్కృత నిఘంటువు**

737. బ్రహ్మ సూత్రాల మీద సంస్కృతములో భాష్యం రచించినది?

జ. **రామానుజాచార్యుడు**

738. వీరి ఆలయాలన్నిటిలో రాజరాజు నిర్మించిన ఆలయము ఏది?

జ. **బృహదీశ్వరాలయు. క్రీ.శ. 1009**

ముస్లిం రాజ్యాలు

739. మొహమ్మద్ ప్రవక్త ఏ కాలమునకు చెందినవాడు?

జ. **క్రీ.శ. 570 - 632 వరకు**

740. నూతన సిద్ధాంత్తముతో కూడియున్న మతము ఏది?

జ. **'ఇస్లామ్'**

741. మొహమ్మద్ మరణించిన తరువాత మహమ్మదీయ మతము ఎన్ని శాఖలు అయినవి?

జ. **రెండు 1) సున్నిలు 2) షియాలు**

742. ఏ శాఖవారు గురు పీఠాన్ని ఆక్రమించినారు?

జ. **సున్నిలు**

743. క్రీ.శ. 1256 వరకు ఖలీఫా పీఠము ఎవరి వంశములో ఉన్నది?

జ. **అరబ్బుల వంశంలో**

744. అరబ్బుల వంశాల వారు ఎవరు?

జ. **1) ఉమార్ 2) అబ్బాస్ వంశాల వారు**

745. భారతదేశానికి వలస వచ్చిన వారు ఎవరు?

జ. **జోరిష్ట్రియన్**

746. వీరి ప్రస్తుత పేరు నేమిటి?

జ. **పార్శీలు అందురు**

747. మహమ్మదీయుల ఆరాధనా విధానములో ఎన్ని లక్షణములు కలవు?

జ. **అయిదు ముఖ్య లక్షణాలు కలవు**

748. ఏ వంశస్థులు మదీనా నుంచి డమాస్కస్‌కు రాజధానిని మార్చినారు?

జ. **ఉమార వంశస్థులు**

749. అబ్బాస్ వంశస్థుల రాజధాని ఏది?

జ. **బాగ్దాద్**

750. అరేబియా నైట్స్ ఎవరి కాలములో రచించబడినవి?

జ. **హరున్ ఆలీ**

751. భారతదేశముపై అరబ్బుల దండయాత్ర ఎవరి కాలములో మొదలైనది?

జ. **మూడో ఖలీఫా ఉమర్**

752. క్రీ.శ. 710లో సింధూ రాజ్యము మీదకు దండెత్తినది ఎవరు?

జ. **మహమ్మద్ బీన్ ఖాశీం**

753. వేదాంత ప్రభావం వల్ల ముస్లిమ్‌లలో బయలుదేరిన సిద్ధాంతము?

జ. **సూఫి సిద్ధాంతము**

754. సూఫి వాదులు దేనిని విశ్వసిస్తారు?

జ. **కర్మ సిద్ధాంతాన్ని**

755. తురుష్కులలోని వాడు సభక్తాజిన్ భారతదేశము మీద దండెత్తి ఎవరిని ఓడించాడు?

జ. **పంజాబును పాలిస్తున్న జయపాలుని**

756. మహమ్మద్ గజనీ కాలము ఏది?

జ. **998 నుండి 1030 వరకు**

757. ఖలీఫా గజనీకి ఇచ్చిన బిరుదులెవ్వి?

జ. **యామీన్ ఉద్దౌదా, అమీన్ ఉల్ ముల్లా**

758. గజనీ భారతదేశముపై ఎన్నిసార్లు దండెత్తినాడు?

జ. **12 సార్లు**

759. గజనీ మొదటి దండయాత్ర ఏ సంవత్సరములో జరిగింది?

జ. **క్రీ.శ. 1000 సం॥**

760. మహమ్మద్ చేసిన దాడులలో ఏ దాడి ప్రసిద్ధమైనది?

జ. **కథియవార్ సోమనాథ దేవాలయము**

761. భారతదేశముపై జరిగిన అన్ని దాడులను ఏ విధంగా పరిగణించబడినది?

జ. **'జెహద్'**

762. మహమ్మద్ ఆస్థానములో సంస్కృతిని అభ్యసించిన వారు ఎవరు?

జ. **ఆల్‌బెరూని**

763. మహమ్మద్ నాణెములపై తన పేరును ఏ భాషలో అచ్చు వేసినాడు?

జ. **సంస్కృత భాషలో**

764. మహమ్మద్ గజనీ ఆస్థాన కవులు ఎవరు?

జ. **ఫిరదౌసి, ఆల్‌బెరూని, ఉల్‌బీ, ఫరూకి**

765. ఫిరదౌసి రచించిన గ్రంథము.

జ. **'షానామా'**

766. మహమ్మద్ ఘోరీ భారతదేశముపై దండెత్తుటకు ముఖ్యోద్దేశము?

జ. **ముస్లిమ్ రాజ్యస్థాపన**

767. క్రీ.శ. 1192లో మహమ్మదునకు పృథ్వీరాజుకు మధ్య జరిగిన యుద్ధము ఏది?

జ. **తరయిన్**

768. క్రీ.శ. 1193 చాంద్‌వార్ యుద్ధము ఎవరి మధ్య జరిగింది?

జ. **జయచంద్రునకు మహమ్మదు ఘోరీకి**

769. భారతదేశ చరిత్రలో గొప్ప పరిణామాలకు దారి తీసిన యుద్ధము?

జ. **రెండవ తరయిన్ 1192లో జరిగింది**

770. ప్రసిద్ధమైన హస్తినాపురం సమీపమున లోమర్ వంశస్థుడు నిర్మించిన నగరము ఏది?

జ. **ఢిల్లీ నగరము**

771. భారతదేశములో ప్రథమ తురుష్క సామ్రాజ్యాన్ని స్థాపించినవారు ఎవరు?

జ. **మహమ్మదు ఘోరీ**

772. ముస్లిమ్ యుగమును ఎన్ని విభాగాలుగా విభజించవచ్చును?

జ. **1) ఢిల్లీ సుల్తాన్ యుగము 2) మొఘలాయి యుగము**

773. సుల్తానుల యుగములో పాలించిన వంశములు?

జ. **అయిదు. బానిస, ఖిల్జీ, తుగ్లక్, లోనీ, ఆఫ్ఘన్‌లు**

774. బానిస వంశ రాజ్య స్థాపకుడు ఎవరు?

జ. **కుతుబ్ ఉద్దీన్ ఐబక్ 1206-10 వరకు**

775. బానిస వంశాల వారి మరొక పేరు?

జ. **మేమ్‌లూక్‌లు**

776. చేగన్ ఆడుతూ మరణించిన సుల్తాన్ ఎవరు?

జ. **కుతుబ్ ఉద్దీన్ ఐబక్**

777. కుతుబ్ ఉద్దీన్‌ను కవులు ఏమని కీర్తించినారు?

జ. **లబ్‌బక్ష్**

778. ఇతడు నిర్మించిన మసీదులు ఏవి?

జ. **కువ్వత్ ఉల ఇస్లామ్, అరదిన్ కారిజోంప్రా**

779. కుతుబ్ ఉద్దీన్ ఇస్లామ్ విజయానికి చిహ్నంగా పునాదులు వేసినది?

జ. **కుతుబ్ మీనార్**

780. ఇల్ టూబ్ మిష్ ఏ తెగకు చెందినవారు?

జ. **తురుష్కులలో ఇల్బారీ తెగకు**

781. మంగోల్ తెగలన్నిటిని సమైక్య సైనిక జాతిగా చేసినది ఎవరు?

జ. **చెంఘీజ్‌ఖాన్**

782. స్వతంత్రంగా అరబిక్ నాణెములు ముద్రించినది ఎవరు?

జ. **ఇల్‌టూబ్ మిష్**

783. వెండితో తయారు అయిన నాణెమును ఏమని పిలచేవారు?

జ. **'టాంకా'**

784. రాగితో ముద్రించిన నాణెములు?

జ. **'జిటాల్'**

785. ఇల్ టూట్ మిష్ బిరుదములు ఏవి?

జ. **ఖలీఫా, నాజర్, అమీర్ ఉల్ ముమునిన్**

786. ఢిల్లీలో కుతుబ్ మీనార్ నిర్మాణమును పూర్తి చేసినవారు ఎవరు?

జ. **ఇల్ టూట్ మిష్**

787. ఇది ఏ మత గురువు పేర నిర్మించడం జరిగింది?

జ. **బాగ్దాద్‌లోని క్వాజా కుతుబ్ ఉద్దీన్**

788. రజియా సుల్తాన్ సింహాసనాన్ని అధిష్ఠించిన సంవత్సరము ఏది?

జ. **1236-40 వరకు**

789. రజియా సుల్తాన మీద కుట్ర పన్నిన వారు ఎవరు?

జ. **ఛిహాల్ గని అమీర్‌లు అయిన తురుష్కులు**

790. 'ఛిహాల్‌గనీ' నాయకుడు ఎవరు?

జ. **నాజిర్ ఉద్దీన్ బాల్బన్**

791. నాజిర్ ఉద్దీన్ ఎవరు?

జ. **ఇల్ టూట్ మిష్ మనుమడు**

792. నాజిర్ ఉద్దీన్ ఏ విధముగా జీవించేవారు?

జ. ఖురాన్ ప్రతులు వ్రాసి అమ్మగా వచ్చిన ధనముతో

793. తచికాత్-ఇ-నాసరి అనే గ్రంథమును రచించినది ఎవరు?

జ. మిన్‌హాజ్ ఉన్‌సిరాజ్

794. ఏ సంవత్సరములో బాల్బన్ సింహాసనాన్ని అధిష్ఠించినాడు?

జ. 1266 సం॥లో

795. బాల్బన్ బిరుదము ఏమిటి?

జ. ఉల్లుఖాన్

796. పారశికపు రాచ మర్యాదల నియమించే ఆచారం ఏమిటి?

జ. సాష్టాంగపడి సింహాసనాన్ని ముద్దు పెట్టుకొనడం

797. ఛిహాల్‌గనీ నిర్మూలించిన సుల్తాన్ ఎవరు?

జ. బాల్బన్

798. బాల్బన్ రూపొందించిన రాజధర్మ సిద్ధాంతము ఏది?

జ. రాజరికం దైవదత్తము

799. ఉద్యోగుల చర్చలు కనిపెట్టుకు నియమించబడినవారు ఎవరు?

జ. బరీద్ (గూఢచారులు)

800. సల్తనత్ యుగములో సుప్రసిద్ధులు ఎవరు?

జ. అమీర్ ఖుస్రూ, అమీర్ హసన్

801. బాల్బన్ కుమారుడు ఎవరు?

జ. మొహమ్మద్

802. ఇతడు ఎవరితో యుద్ధము చేస్తూ మరణించాడు?

జ. 1265లో తైమూర్ నాయకత్వంలో మంగోలులతో

803. ఖిల్జీ వంశములలో మొదటివాడు?

జ. జలాలుద్దీన్

804. జలాలుద్దీన్ అణిచివేసిన దారి దోపిడి దొంగలు ఎవరు?

జ. థగ్గులు

805. నయా ముస్లిమ్‌లు అని ఎవరికి పేరు?

జ. కొందరు మంగోలులు ఇస్లామ్ మతాన్ని స్వీకరించి దేశంలో స్థిరపడినవారు

806. అల్లాద్దీన్ 1295లో దేవగిరి రాజ్యంపై దండెత్తినప్పుడు అప్పటి రాజు?

జ. యాదవ రామచంద్రదేవుడు

807. దక్షిణ పథములో ఇస్లామ్ ప్రథమ విజయాన్ని పొందిన ముస్లిమ్ సుల్తాన్ ఎవరు?

జ. **అల్లాద్దీన్**

808. ఉలేమాల ప్రభావము నుండి ప్రభుత్వానికి ముక్తి కల్గించింది ఎవరు?

జ. **అల్లాఉద్దీన ఖిల్జీ**

809. భారత దేశములో మతమును రాజకీయాన్ని వేరు చేయడానికి ప్రయత్నించింది ఎవరు?

జ. **అల్లాఉద్దీన్**

810. అల్లాఉద్దీన్ ప్రణాళికలు ఏమిటి?

జ. **కొత్తమతమును స్థాపించడము, అలెగ్జాండర్ వలే ప్రపంచాన్ని జయించడము**

811. అల్లాఉద్దీన్ ఎటువంటి బిరుదము ధరించినాడు?

జ. **రెండో అలెగ్జాండర్ (సికందర్-ఇ-సని)**

812. ఈ బిరుదములను అల్లాఉద్దీన్ వేటిమీద ముద్రించినాడు?

జ. **నాణెముల మీద**

813. ఆనాటి మధ్య ఆసియా జాతులలో ఎక్కువగా కన్పించే బిరుదు ఏమిటి?

జ. **సికందర్**

814. అల్లాఉద్దీన్ చిత్తోడ్‌పై ఎప్పుడు దండయాత్ర చేసినాడు?

జ. **1303లో**

815. చిత్తోడ్ రాజ్యాధిపతి ఎవరు?

జ. **రతన్‌సింగ్**

816. మాలిక కపూర్ ఎవరు?

జ. **అల్లాఉద్దీన్ సేనాని**

817. దేవల్‌దేవి ఎవరు?

జ. **కర్ణదేవుని కుమార్తె**

818. ఎవరి ప్రణయ వృత్తాంతాన్ని అమీర్ ఖుస్రూ కావ్యముగా చిత్రీకరించినాడు?

జ. **యువరాజ్ ఖిజీర్‌ఖాన్, దేవల్‌దేవి యొక్క వివాహాన్ని**

819. 1310లో ఎవరి రాజధాని మీద కపూర్ దాడి చేసినాడు?

జ. **హొయసాలు ద్వారా సముద్రము మీద**

820. అల్లాఉద్దీన్‌తో యుద్ధానికి తలపడిన కాకతీయ రాజు?

జ. **ప్రతాపరుద్రుడు**

821. మత్తు పదార్థాలను నిషేధించిన సుల్తాన్ ఎవరు?

జ. **అల్లాఉద్దీన్ ఖిల్జీ**

822. అల్లాఉద్దీన్ హిందువులపై వేసిన పన్ను?

జ. **జిజియా, పుల్లరి**

823. అల్లాఉద్దీన్ ప్రవేశ పెట్టిన సైనిక విధానము ఏది?

జ. **గుర్రాలపై రాజముద్ర వేయటం, సైనికుల గుర్తింపు పట్టాలు**

824. అల్లాఉద్దీన్ ఆస్థాన కవులు ఎవరు?

జ. **అమీర్ ఖుస్రూ, అమర్ హాసన్**

825. కుతుబ్‌మీనార్ సమీపములో ఇతను నిర్మించిన దర్వాజా?

జ. **అలాయ్ దర్వాజా**

826. అలాయ్ దర్వాజా భారతదేశములో దేనికి ప్రతీక?

జ. **తురుష్క వాస్తు రీతికి**

827. ఏ సుల్తాను కాలములో హిందుమతము పునరుద్ధరణ జరిగింది?

జ. **నాజిర్ ఉద్దీన్ కాలములో**

828. తుగ్లక్‌లు ఎవరు?

జ. **తరుష్కులలో కరౌనా జాతికి చెందినవారు**

829. తుగ్లక్‌లలో మొదటివాడు ఎవరు?

జ. **గియాజ్ ఉద్దీన్ తుగ్లక్ షా 1320-25 వరకు**

830. గియాజ్ రాజధానిని ఢిల్లీ నుండి ఎక్కడికి మార్చినాడు?

జ. **తుగ్లక్ బాదు**

831. గియాజ్ ప్రవేశపెట్టిన విధానము ఏమిటి?

జ. **గుర్రములపై వార్తలు పంపే పద్ధతి**

832. గియాజ్ ఏ సంవత్సరములో ఓరుగల్లుపై దండెత్తినాడు?

జ. **1323లో**

833. జూనాఖాన్ ఎవరిని బంధించినాడు?

జ. **ప్రతాపరుద్రుడుని**

834. గియాజ్ ఉద్దీన్ ఓరుగల్లుకు పెట్టిన పేరు?

జ. **సూల్తానాపూర్**

835. జునాఖాన్ బిరుదు ఏమిటి?

జ. **మొహమ్మద్ బీన్ తుగ్లక్**

836. మొహమ్మద్ బీన్ తుగ్లక్ ఏ భాషలో రచనలు చేసినాడు?

జ. **పారశీకంలో**

837. మొహమ్మద్ క్రొత్తగా స్థాపించిన శాఖ?

జ. **దివాన్-ఇ-కోహి (వ్యవసాయ శాఖ)**

838. ఢిల్లీ నుండి రాజధానిని తుగ్లక్ ఎక్కడకు మార్చినాడు?

జ. **దౌలతాబాదుకు**

839. 'దీనార్' అనగా?

జ. **బంగారు నాణెము**

840. అదలి అనగా?

జ. **వెండి నాణెము**

841. కాగితమును ధనముగా చెలామణి చేసిన చక్రవర్తి?

జ. **చైనా చక్రవర్తి కుబ్లయ్‌ఖాన్**

842. 1329-30 సం॥ తుగ్లక్ ఏ విధమైన నాణేలను ప్రవేశపెట్టినాడు?

జ. **రాగి, ఇత్తడి నాణేలను**

843. తుగ్లక్ కాలంలో ఎవరు వచ్చినారు.

జ. **ఈజిప్టు నుండి ఇబన్ బటూటా**

844. సుల్తాన్ వధించిన అనేగొండి రాజు ఎవరు?

జ. **కంపిలదేవుడు**

845. ఫిరోజ్ షా మంత్రి ఎవరు?

జ. **మాలిక్ మాక్బూల్**

846. ఫిరోజ్ షా నగర్ కోటలోని ఏ దేవాలయాన్ని ధ్వంసం చేసినాడు?

జ. **జ్వాలాముఖి దేవాలయాన్ని**

847. ఫిరోజ్ షా ఆలయము నుండి ఏమి తీసుకొనిపోయెను?

జ. **300 సంస్కృత గ్రంథములు**

848. వీగిని 'దలా ఇల్-ఇ-ఫిరూజ్ షా' అనే పేరుతో పారశీకలో తర్జుమా చేసినవారు?

జ. **ఖలీద్‌ఖాని**

849. ఫిరోజ్ ఎన్ని రకములైన పన్నులు వసూలు చేసినాడు?

జ. **నాల్గు రకములైన పన్నులు**

850. ఫిరోజ్ షా నిర్మించిన క్రొత్త నగరములు?

జ. **ఫతేబాద్, హిస్సార్, ఫిరుజాబాద్, జాన్‌పూర్**

851. బిజ్రాబాద్, మీరట్‌లో ఉన్న పురాతన స్తంభాలు ఎవరి కాలములోనివి?

జ. **అశోకుని స్తంభాలు**

852. నాణెములపై ఖలీఫా పేరును ముద్రించినది ఎవరు?

జ. **ఫిరోజ్ షా**

853. ఫిరోజ్ షా ఎవరిపై కూడ జిజియా పన్ను విధించినాడు?

జ. **బ్రాహ్మణులపై**

854. తైమూర్ ఎవరు?

జ. **తురుష్కులలో బర్లాన తెగకు చెందిన వారు**

855. 1398లో తైమూరు ఏ దేశముపై దండెత్తినాడు?

జ. **పిర మహమ్మద్ నాయకత్వములో భారతదేశము మీదకు**

856. సయ్యదు రాజ్య స్థాపకులు?

జ. **ఖిజిర్‌ఖాన్**

857. 'లోడి' లు ఏ తెగకు చెందినవారు?

జ. **ఆఫ్ఘన్ తెగకు**

858. లోడి వంశస్థులందరిలో గొప్పవారు ఎవరు?

జ. **సికిందర్ షా లోడి**

859. సికిందర్ షా నిర్మించిన దుర్గము నేడు ఏ పేరుతో పిలువబడుతున్నది?

జ. **అగ్రా - 1504లో**

యాదవ రాజులు

860. యాదవ వంశ మూలపురుషుడు ఎవరు?

జ. **దృఢప్రహరుడు**

861. యాదవ రాజుల కాలము ఏది?

జ. **860 నుండి ప్రారంభము అవుతున్నది**

862. బిల్లముడు యాదవరాజు బిరుదము?

జ. **విజయాభరణ**

863. స్వతంత్ర్య యాదవ రాజ్యాన్ని స్థాపించినవారు ఎవరు?

జ. **అయిదో బిల్లముడు**

864. కాకతీ రుద్రుని వధించిన యాదవ రాజు?

జ. **జైతుంగి**

865. యాదవరాజులందరిలో బలవంతుడు ఎవరు?

జ. **సింఘన**

866. సింఘన గురించి ఏ కావ్యములో తెలుస్తుంది?

జ. **కీర్తికౌముది**

867. శంకరదేవుని వధించినది ఎవరు?

జ. **మాలిక్‌కపూర్**

868. యాదవ రాజుల కాలములో చెలామణిలో ఉన్న బంగారు నాణెములు ఏవి?

జ. **పద్మటంకా**

869. యాదవ పాలన గురించి ఏ గ్రంతము నుండి తెలుస్తున్నది?

జ. **'జ్ఞానేశ్వరి' నుండి**

870. యాదవరాజు యుగములోని మతము ఏది?

జ. **పౌరాణిక మతము**

871. యాదవులు ఎవరి భక్తులు?

జ. **విష్ణుదేవుని**

872. వారి రాజలాంఛనము ఏది?

జ. **గరుడ**

873. విఠోబా ఎవరి అవతారముగా ప్రజలు భావించినారు?

జ. **విష్ణుమూర్తి అవతారం**

874. విఠోబా భక్తికి ముఖ్య కేంద్రము ఏది?

జ. **పండర్‌పూర్**

875. విఠోబా పట్ల భక్తిని వ్యాప్తి చేసినవారు ఎవరు?

జ. **జనాబాయ్, నామ్దేవ్, నరహరి**

876. మహానుభావా మతాన్ని ప్రచారము చేసినవారు ఎవరు?

జ. **ఛక్రధరుడు**

877. ఈ మతస్థులు విష్ణువుని ఏ విధముగా ఆరాధిస్తారు?

జ. **చక్రపాణి రూపములో**

878. ఆనాటి పండితుల బిరుదులు ఏవి?

జ. **సర్వజ్ఞా, సరస్వతి, ప్రసన్నా**

879. పావన నగరములో జ్యోతిషశాస్త్ర కళాశాలను నెలకొల్పింది ఎవరు?

జ. **చంగదేవుడు**

880. ప్రసిద్ధ గణితవేత్త ఎవరు?

జ. **భాస్కరాచార్యుడు**

881. యాదవుల మాతృభాష ఏది?

జ. మరాఠీ

882. మరాఠీలో ఆదికవిగా పేరొందినది ఎవరు?

జ. ముకుందరాయ

883. ముకుందరాయ రచించిన గ్రంథము ఏది?

జ. వివేకసింధు - వేదాంతి గ్రంథము

884. భగవద్గీతమీద ''జ్ఞానేశ్వరి' అని భాష్యం వ్రాసినది ఎవరు?

జ. జ్ఞానదేవుడు

హూయసాలులు

885. హోయసాలుల మూలపురుషుడు ఎవరు?

జ. సాలుడు

886. హోయసాలు వైభవానికి మూలపురుషుడు ఎవరు?

జ. చిత్తిదేవా విష్ణువర్ధనుడు

887. వీరు ఎవరి సామంతులు?

జ. కల్యాణి చాళుక్యులు

888. చిత్తి దేవా మొదట ఏ మతస్థుడు?

జ. జైన మతస్థుడు

889. ఎవరికి ఆశ్రయము కల్పించి వైష్ణవ మతాన్ని స్వీకరించినాడు?

జ. రామానుజాచార్యులకు

890. మహారాజాధిరాజ బిరుదు ధరించినది ఎవరు?

జ. రెండవ బల్లాలుడు

891. ఎవరి కాలములో తురుష్కుల దండయాత్ర జరిగినది?

జ. మూడో బల్లాలుని కాలములో

892. కాలచూరి విప్లవం ప్రబలిన మతము ఏది?

జ. వీరశైవము

893. హోయసాలుల కాలములో ఏది బహుళ ప్రచారములో ఉన్నది?

జ. విశిష్టాద్వైతము

894. మధ్వాచార్యులు ద్వైతసిద్ధాంతాన్ని ప్రతిపాదించినది ఎవరి కాలములో?

జ. హోయసాలుల యుగములో

895. ఎవరి పోషణనలో నాగచంద్రుడు జైన రామాయణాన్ని రచించినాడు?

జ. **విష్ణువర్ధని కాలములో**

896. కన్నడ భాషలో మొదటి నవల ఏది?

జ. **'లీలావతి'**

897. లీలావతిని ఎవరు రచించిరి?

జ. **జైనకవి వసుబంధుడు**

898. మధ్వాచార్యులు శిష్యుడు ఎవరు?

జ. **నరహరి తీర్థులు**

899. నరహరి తీర్థులు కన్నడ రచనలు ఏవి?

జ. **విష్ణు సంకీర్తనలు**

900. హోయసాలుల యుగమునాటి సంస్కృత గ్రంథాలలో ప్రస్థానత్రయ భాష్యాలు ఎవరివి?

జ. **మధ్వాచార్యులు**

901. వేలూరులోని చిత్తదేవుడు నిర్మించిన ఆలయం ఏది?

జ. **చెన్నకేశవాలయము**

కాకతీయులు

902. బయ్యారం చెరువు శాసనముల వలన వీరు ఎవరు అని తెల్పుతున్నది?

జ. **రాష్ట్రకూట వంశ శాఖలోని వారు**

903. ఈ వంశములోని రాజులు ధరించిన బిరుదములు ఏవి?

జ. **కాకతీపుర వల్లభ**

904. ఈ కాకతీ వంశానికి పునాదులు వేసినవాడు ఎవరు?

జ. **గుండ్యాన క్రీ.శ. 950లో**

905. రాష్ట్రకూటా బిరుదాంకితుడు ఎవరు?

జ. **గుండ్యాన**

906. కాకతీయుల రాజధాని ఏది?

జ. **హనుమకొండ**

907. ప్రోలరాజు కుమారుడు ఎవరు?

జ. **కాకతీరుద్రుడు 1150-95 వరకు**

908. కాకతీయులకు మరియు యాదవులకు సంఘర్షణ ఎవరి కాలములో ప్రారంభమైంది?

జ. **రుద్రుని కాలములో**

909. కాకతీయ రాజులలో అగ్రగణ్యుడు ఎవరు?

జ. గణపతిదేవుడు

910. హనుమకొండ నుండి రాజధానిని ఎక్కడకు మార్చినారు?

జ. ఓరుగల్లు

911. ఏ సంవత్సరంలో మార్చినారు?

జ. 1254లో

912. హనుమకొండ నుండి ఓరుగల్లుకు మార్చిన రాజెవరు?

జ. గణపతిదేవుడు

913. కాకతీయులలో చివరివాడు ఎవరు?

జ. ప్రతాపరుద్రుడు

914. ప్రతాపరుద్రుని కాలములో తురుష్కుల దండయాత్ర ఎన్నిసార్లు జరిగినది?

జ. 9 సార్లు

915. కాకతీయుల కాలములో జాగీర్దార్లను ఏమని పిలిచేవారు?

జ. నాయంకరులు

916. వీరి కాలములో తూర్పు తీరంలోని ముఖ్య రేవు పట్టణము ఏది?

జ. మోటుపల్లి

917. రుద్రమ కాలములో వచ్చిన వెన్నిస్ యాత్రికుడు?

జ. మార్కోపోలో

918. కాకతీయులు ఏ మతాభిమానులు?

జ. వీర శైవ మతాభిమానులు

919. హరి హర భావమును ప్రచారము చేసినవారు ఎవరు?

జ. కవి తిక్కన

920. కాకతీయులు పోషించిన భాష ఏది?

జ. సంస్కృత భాష

921. నీతి సారాంశమును రచించినది ఎవరు?

జ. కాకతి రుద్రుడు

922. జాయప సేనాని రచించినది?

జ. నృత్య రత్నావళి

923. ప్రతాపరుద్ర యశోభూషణమును రచించినది ఎవరు?

జ. విద్యానాథుడు

924. ద్విపద ఛందస్సులో వీర శైవ గ్రంథము వ్రాసినది ఎవరు?

జ. **పాల్కురికి సోమనాథుడు**

925. కాకతీయుల ఆలయములు ఏవి?

జ. **ఓరుగల్లు, పాలంపేట**

ముసునూరి నాయకులు

926. ప్రోలయ నాయకుని దుర్గము ఏది?

జ. **రేకపల్లి**

927. కాపయ నాయకుని బిరుదము?

జ. **ఆంధ్ర సురత్రాణ**

928. పద్మ నాయకుల మరో పేరు?

జ. **వెలమలు**

929. వీరి గోత్రము?

జ. **రేచెర్ల**

930. రేచెర్ల ప్రసాదాధిత్యుని బిరుదము?

జ. **కాకతి రాజ్య స్థాపనాచార్య**

931. ఆశీతివరల సింగమ అని ప్రసిద్ధి పొందినవారు?

జ. **రేచర్ల సింగమనాయకుడు**

932. ఆంధ్ర దేశాధీశ్వర బిరుదము పొందినది ఎవరు?

జ. **అనపోతనాయుడు**

రెడ్డి రాజులు

933. ప్రోలయ వేమారెడ్డి బిరుదు ఏమిటి?

జ. **మ్లేచ్ఛాబ్ధికులోద్భవ**

934. రెడ్డి రాజుల రాజధాని ఏది?

జ. **అద్దంకి**

935. కొండవీటి దుర్గాన్ని రాజధానిగా చేసుకొన్న రెడ్డి రాజు ఎవరు?

జ. **అనపోతరెడ్డి**

936. పురిటి సుంకమును విధించిన రెడ్డి రాజు?

జ. **రాచవేముడు**

937. 'కర్పూర వసంతరాయలు' అన్న బిరుదు కల్గిన రెడ్డి రాజు?

జ. **కుమారగిరి**

938. కుమారగిరి రచించిన గ్రంథము ఏది?

జ. **వసంత రాజీయము**

939. వసంత రాజీయము గ్రంథము దేని గురించి తెల్పుతున్నది?

జ. **నాట్యశాస్త్రమును గురించి**

940. పెదకోమటి వేముడు రచనలు ఏవి?

జ. **సంగీత చింతామణి, సాహిత్య చింతామణి, శృంగార దీపిక**

941. పెద కోమటి వేముని విద్యాధికారి ఎవరు?

జ. **శ్రీనాథ కవి**

942. పెద కోమటి వేముని ఆస్థాన కవి ఎవరు?

జ. **వామన భట్టబాణుడు**

విజయనగర సామ్రాజ్యము

943. విజయనగర నిర్మాణము ఎప్పుడు పూర్తి అయింది?

జ. **1344లో**

944. ఎవరి కాలములో సంగమ వంశము ప్రారంభమైనది?

జ. **హరిహర రాయలు**

945. ఎవరి కాలములో విజయనగరానికి బహమని రాజ్యాల మధ్య వైరం ప్రారంభమైంది?

జ. **హరిహర రాయల కాలములో**

946. తూర్పు తీరములో ముఖ్యమైన రేవు పట్టణము ఏది?

జ. **మచిలీపట్టణం**

947. ఢిల్లీ సుల్తాన్ ఫిరోజ్‌షా సహాయాన్ని కోరిన విజయనగర రాజు?

జ. **బుక్క రాయలు**

948. మధురలో సుల్తానులను ఓడించిన విజయనగరాధీశుడు ఎవరు?

జ. **వీరకంపరాయలు**

949. మధురా విజయమును రచించినది ఎవరు?

జ. **వీరకంపరాయలు భార్య 'గంగాదేవి'**

950. సంగమ వంశములో అగ్రగణ్యుడు ఎవరు?

జ. **రెండవ దేవరాయలు 1424-46 వరకు**

951. రెండవ దేవరాయలు మరొక నామము?

జ. **ప్రౌఢ దేవరాయలు**

952. రెండవ దేవరాయలు ఏ మత అభిమాని?

జ. **శైవ మత అభిమాని**

953. మహా నాటక సుధానిధి గ్రంథమును రచించినది ఎవరు?

జ. **ప్రౌఢ దేవరాయలు**

954. ఇతని ఆస్థానములోని కవులు ఎవరు?

జ. **చామరసు, అరుణగిరినాథ, డిండిముని**

955. ప్రౌఢ దేవరాయలు నిర్మించిన ఆలయము?

జ. **విఠలస్వామి ఆలయము**

956. రెండవ దేవరాయలు కాలములో సందర్శించిన పారశీక రాయబారి?

జ. **అబ్దుల్ రజాక్**

957. విజయనగరాన్ని సందర్శించిన ఇటలీ దేశస్థుడు?

జ. **నికోలో కాంటి**

958. 1480లో విజయనగరంపై దండెత్తిన సుల్తాను ఎవరు?

జ. **రెండో మహమ్మద్ షా**

959. సాలువ వంశస్థులు ఎప్పుడు సింహాసనాన్ని అధిష్ఠించినారు?

జ. **1486 సం॥లో**

960. అరబ్బులతో వాణిజ్యమునకు ప్రోత్సహించినవారు ఎవరు?

జ. **సాళువ నరసింహుడు**

961. బహమనీల నుంచి పొందిన ఓడరేవులు ఏవి?

జ. **గోవా, దాభోల్ రేవులు**

962. సాళువ వంశము గురించి తెల్పుతున్న వాఙ్మయములు ఏవి?

జ. **కాలజ్ఞానము, సాళువాభ్యుదయము, రామాభ్యుదయము మొ॥**

963. తిరుమలాంబచే వ్రాయబడిన కావ్యము ఏది?

జ. **వరదాంబికా పరిణయము**

964. సాళువ వంశస్థుల పుట్టు పూర్వోత్తరాలు తెలుపుతున్న శాసనము?

జ. **గోరంట్ల శాసనము**

965. వీరి కాలములో పోర్చుగీసు రచయితలు ఎవరు?

జ. **న్యూనిజ్, బార్బొసా, డామింగోపేస్**

966. పిల్లలమర్రి పిన వీరభద్ర కవి రచన ఏది?

జ. **జైమిని భారతము, శృంగార శాకుంతలము**

967. తుళువ వంశము ఎప్పుడు స్థాపించబడినది?

జ. **క్రీ.శ. 1505 నుండి 1575**

968. తుళువ వంశము అని పేరు ఎందుకు వచ్చినది?

జ. **తులువనాడు జన్మస్థానము అయినందున**

969. విజయనగర రాజులలో అగ్రగణ్యుడు ఎవరు?

జ. **కృష్ణదేవరాయలు**

970. కృష్ణదేవరాయలు కాలము?

జ. **1509 నుండి 1529 వరకు**

971. రాయలు 1510లో ఏఏ దేశస్థులతో సంధి చేసుకొన్నాడు.

జ. **పోర్చుగీసు దేశస్థులతో**

972. ఏ కారణముచే రాయలు పోర్చుగీసు వారితో సంధి కుదుర్చుకొన్నాడు?

జ. **అశ్వదళాన్ని పెంచడము కొరకు**

973. కృష్ణదేవరాయలు బిరుదములు ఏవి?

జ. **యవన రాజ్య స్థాపనాచార్య**

974. 1511 ఏ శాసనము చంద్రవంశానికి చెందినవాడు అని తెలుపుతున్నది?

జ. **నెర్లకరాగి శాసవము**

975. కృష్ణదేవరాయలు ప్రసిద్ధమైన రాజ దర్బారు ఏది?

జ. **భువన విజయము**

976. లక్ష్మీనారాయణ కవి సంస్కృత కావ్యము ఏది?

జ. **సంగీత సూర్యోదయము**

977. తెలుగు పంచ కావ్యాలలో ప్రసిద్ధి కెక్కిన కావ్యము?

జ. **ఆముక్తమాల్యద**

978. ఆముక్తమాల్యదను రచించినది ఎవరు?

జ. **శ్రీ కృష్ణదేవరాయలు**

979. కృష్ణదేవరాయలు గురువు ఎవరు?

జ. **ద్వైత మతాచార్యులైన వ్యాసరాయలు**

980. రాయలు నిర్మించిన ఆలయములు ఎక్కడ కలవు?

జ. **విజయనగరములో**

981. విజయనగర పాలకులు ధరించిన బిరుదములు ఏవి?

జ. రాజాధిరాజ, రాజ పరమేశ్వర మొ॥

982. విజయనగర రాజుల కట్టడములలో ఎక్కువగా పేరెన్నిక గన్నది?

జ. కళ్యాణ మండపము

983. పుష్పది లతాద్యలంకరణలు అనగా నేమిటి?

జ. ఈ రకము అయిన వాటిలో పద్మము, షోడశ దళ పద్మము మొదలు అయిన విభిన్న పద్మాలు చెక్కబడినవి.

984. జంత్వాలంకరణాలు అనగా ఏవి?

జ. ఈ అలంకరణలో ప్రధానమైనవి ఏనుగు, గుఱ్ఱం, సింహం, కోతి

985. లౌకిక శిల్పము అనగా ఏమిటి?

జ. ఇందులో ప్రధానముగా మార్ధంగి కుల, వైణికుల యువతీ యువకుల అశ్వకులు, మొదులు శిల్పాల

986. ఈ కాలములో చిత్ర లేఖనమునకు ప్రధానమైనవి ఏవి?

జ. లేపాక్షిలోని పాపనాశేశ్వర దేవాలయం

987. రామయ మంత్రి రచించిన కర్ణాటకానికి, సంగీతానికి వేద గ్రంథము ఏది?

జ. సర్వమేళ కళానిధి

988. ఆనాడు విజయనగర సామ్రాజ్యము యొక్క ప్రధాన విద్యా కేంద్రాలు ఏవి?

జ. విజయనగరం, కాంచిపురం, మధుర

989. ఆనాడు గ్రంథాలు వేటి మీద రచించబడినవి?

జ. తాటాకుల మీద, రాగి రేకుల మీద

990. తుక్కాంబ రచించిన గ్రంథము ఏది?

జ. తుక్కా పంచశతి

991. రఘునాథరాయలు సృష్టించిన క్రొత్త రాగము లేవి?

జ. జయంత సేనా, రామానందము

992. తోంటద సిద్ధేశ్వరుడు వ్రాసిన ప్రసిద్ధమైన కావ్యము ఏది?

జ. విరక్త తోంటదార్యుణ

993. ఏ వంశ కాలములో తెలుగు అభివృద్ధి చెందినది?

జ. తుళువ వంశ కాలములో

994. మను చరిత్ర రచించినది ఎవరు?

జ. అల్లసాని పెద్దన్న

995. నంది తిమ్మనార్యుడు వ్రాసిన గ్రంథము ఏది?

జ. **పారిజాతాపహరణము**

996. 'కళా పూర్ణోదయము' అనే ఛందోబద్ధమైన నవల రచించినది ఎవరు?

జ. **పింగళి సూరన**

997. రాయల ఆస్థాన కవి ఎవరు?

జ. **అల్లసాని పెద్దన్న**

998. శ్రీ కృష్ణదేవరాయలు రచించిన గ్రంథము?

జ. **ఆముక్తమాల్యద**

999. బహమనీ సుల్తానుల అంతః కలహాలలో జోక్యము చేసుకున్న విజయనగర రాజు?

జ. **రామరాయలు**

1000. విజయనగర పతనము ఏ యుద్ధము వలన జరిగినది?

జ. **రాక్షస - తంగడి యుద్ధములో**

1001. అరవీటి వంశ కాలము ఏది?

జ. **1570 నుండి 1678 వరకు**

1002. అరవీటి వంశాన్ని స్థాపించినవారు ఎవరు?

జ. **తిరుమల రాయలు 1570లో**

1003. వసుచరిత్రకారుడు ఎవరు?

జ. **రామరాజ భూషణుడు**

1004. అరవీటి వంశస్థులలో గొప్పవాడు?

జ. **రెండో వెంకటపతి రాయలు**

1005. 1606లో వెంకటరాయలు తన రాజధానిని ఎక్కడకు మార్చినాడు?

జ. **నెల్లూరుకు**

1006. వెంకటపతి రాయలు కాలమునాటి తెలుగు కవులు ఎవరు?

జ. **పింగళి సూరన, తెనాలి రామకృష్ణుడు**

1007. 1642లో ఏ యుద్ధములో బీజాపూర్ సుల్తానులతో రంగరాయలు ఓడించబడినాడు?

జ. **పందవాసి**

1008. మధురా నాయకరాజ్యాన్ని స్థాపించినది ఎవరు?

జ. **విశ్వనాథ నాయకుడు**

1009. మధుర నాయక రాజులలో అగ్రగణ్యుడు ఎవరు?

జ. **తిరుమల నాయకుడు**

1010. వృత్తి పన్ను చెల్లించాలి అని ఎవరిని శాసించినారు?

జ. **వేశ్యలను**

1011. సరిహద్దులలో శాంతిభద్రతలు బాధ్యత వహించేది ఎవరు?

జ. **పాళెగాళ్లు**

1012. ఏ కులస్థులకు నేరస్తులను విచారించే అర్హత కలదు?

జ. **బ్రాహ్మణులు**

1013. వీరి కాలములో విదేశీ వాణిజ్యము ఎవరి ఆధీనంలో కలదు?

జ. **అరబ్బులు, పోర్చుగీసు**

1014. అరవీలు వంశస్థులు ఎవరిని అభిమానించినారు?

జ. **రామానుజ వైష్ణవం**

1015. కర్ణాటి సంగీతమునకు మూల పురుషుడు ఎవరు?

జ. **అన్నమయ్య**

1016. కృష్ణ దేవరాయల బిరుదము ఏమిటి?

జ. **ఆంధ్రభోజుడు**

1017. ఆముక్తమాల్యదలో దుర్గాధిపతులుగా ఎవర్ని నియమించాలి అని తెల్పుతున్నది?

జ. **బ్రాహ్మణులను**

1018. కృష్ణదేవరాయల సభకు ఏమని పేరు?

జ. **భువన విజయము**

1019. వెంకట విలాసమంటపము అని ఎవరి సభకు పేరు?

జ. **అచ్యుతరాయలు సభకు**

1020. సంగమ వంశ రాకుమారులు రాజప్రతినిధులుగా వారు ఏ బిరుదము ధరించేవారు?

జ. **బదేయ, ఉదయార్**

1021. ఆనాడు స్వర్ణ రూపములలో వచ్చే ఆదాయాన్ని ఏమని పిలిచేవారు?

జ. **సిద్ధాయం అని**

బహమనీ రాజ్యం

1022. తుగ్లక్ మీద ఎవరు తిరుగుబాటు జరపినారు?

జ. **శిస్తు వసూలు చేసే ఉద్యోగులు**

1023. శిస్తు వసూలు చేసే ఉద్యోగులును ఏమని పిలిచేవారు?

జ. **సాదా అమీర్లు**

1024. బహుమన్ షా కాలము ఏది?

జ. **1347 నుండి 58 వరకు**

1025. బహామన్ షా బిరుదము?

జ. **'సికిందర్ ఇసాని'**

1026. ఎవరి కాలములో పారశీక కవి హఫిజ్‌ను ఆస్థానమునకు రప్పించుకొనెను?

జ. **రెండో మహమ్మద్ షా**

1027. ప్రజలు ఇతనిని ఏమని కీర్తించినారు?

జ. **రెండో అరిస్టాటిల్**

1028. గుల్బర్గా నుండి బీదర నగరానికి రాజధానిని మార్చినది ఎవరు?

జ. **రెండో అహమ్మద్ షా**

1029. బహమనీ సుల్తానులు అందరిలో క్రూరుడు ఎవరు?

జ. **హుమాయూన్**

1030. హుమాయూన్‌ను ప్రజలు ఏమని పిలిచేవారు?

జ. **జాలిమ్**

1031. ఎవరి కాలములో బహమనీ రాజ్య వైభవము పెరిగినది?

జ. **మూడో అహమ్మద్ షా**

1032. మూడో అహమ్మద్ షా మంత్రి ఎవరు?

జ. **మమూద్ గవాన్**

1033. మహమూద్ గవాన్ ఎవరికి మార్గదర్శకుడు?

జ. **రాజ తోడర్‌మల్లు**

1034. దక్షిణ పదములో ముస్లిమ్ వాస్తువులు ప్రచారము కల్పించిన వారు ఎవరు?

జ. **బహమనీ సూల్తానులు**

1035. బహమనీ సూల్తానుల కట్టడాలలో కనిపించే శైలి ఎవరిది?

జ. **పారశీక వాస్తురీతి**

1036. బీరార్‌లో ఏర్పడిని వారు ఎవరు?

జ. **ఇమాద్ షాలు**

1037. బీదర్‌లో ఏర్పడిన శాఖ ఎవరు?

జ. **బరీద్ షాహిలు**

1038. గోల్కొండలో ఏర్పడిన వంశము?

జ. **కుతుబ్ షాహిలు**

1039. అహ్మద్‌నగర్‌లోని సుల్తానులు ఏ తెగకు చెందినవారు?

జ. నైజామ్ షాహిలు

1040. బీజాపూర్ వంశస్థులు ఎవరు?

జ. ఆదిల్ షాహిలు

1041. ఇమాద్‌షాహి వంశాన్ని స్థాపించినవారు ఎవరు?

జ. ఫతుల్లా అనే సర్దారు

1042. దక్కన్ గుంటనక్కగా పేరు ఎవరికి కలదు?

జ. అమీర్ ఆలీ

1043. బరీద్ షాహి వంశ స్థాపకుడు ఎవరు?

జ. కాసిమ్ బరీద్

1044. నైజామ్ షాహి వంశాన్ని స్థాపించినవాడు ఎవరు?

జ. మాలిక్ అహ్మదు

1045. అహ్మద్ నగర్ చరిత్రలో ముఖ్యమైన వ్యక్తి ఎవరు?

జ. మాలిక్ అంబర్

1046. ఆదిల్ షాహి వంశాన్ని స్థాపించింది ఎవరు?

జ. యూసుఫ్ ఆదిల్‌షా

1047. బీజపూర్‌లోని ఆదిల్‌షాహి వంశస్థులలో ఎవరు కన్నడ, మరాఠి భాషలను అధికార భాషగా చేసినారు?

జ. ఇబ్రహీం

భారత సంస్కృతి

1048. ప్రాచీన భారతీయ వాఙ్మయంలో సువర్ణద్వీపంగా ప్రసిద్ధి చెందినవి ఏవి?

జ. మలయా – ఇండోనేషియాలు

1049. నాటి నావికుల కష్టాలు గురించి తెలుపు కథలు ఏవి?

జ. జాతక కథలు, కథా సరిత్సాగరంలోని కథలు బట్టి

1050. కాబుల్‌లోని ఖాయిర్‌ఖాన్ పర్వత శిఖరము మీద కనిపించినవి ఏమిటి?

జ. గుప్తులనాటి దేవాలయం, సూర్య విగ్రహం

1051. బౌద్ధమతమును ప్రవేశపెట్టిన టిబెట్ రాజు ఎవరు?

జ. స్రాన్ నగమ్ పో

1052. టిబెట్ పండితులచే తయారు చేయబడిన బౌద్ధ పదకోశము ఏమిటి?

జ. మహావునఃత్పత్తి

1053. కౌటిల్యుని అర్ధశాస్త్రములో దేని ప్రసక్తి ఉన్నది?

జ. చీనాంబరాల ప్రసక్తి

1054. మనదేశమునకు చైనాకు నౌకా మార్గము వాణిజ్యము చేసినట్లు తెలుస్తున్న ఓడరేవు?

జ. మోటుపల్లి, నాగపట్టణము

1055. చైనాలో బౌద్ధమతమును ఎప్పుడు ప్రవేశించినది.

జ. క్రీ.శ. 65లో

1056. చైనాలో బౌద్ధమతమును ప్రవేశపెట్టింది ఎవరు?

జ. చక్రవర్తి మిన్‌గ్‌టి

1057. మిన్‌గ్‌టి ఆహ్వానించిన భారత బౌద్ధాచార్యులు ఎవరు?

జ. ధర్మరత్న, కావ్యపమతాంగ

1058. మహాయాన బౌద్ధానికి మొట్టమొదటి భాష్యం వ్రాసినది ఎవరు?

జ. కుమార జీవుడు

1059. జపాన్ వెళ్ళిన భారతీయ బౌద్ధాచార్యుడు ఎవరు?

జ. బోధిసేనుడు

1060. బోధిసేనుడు జపాన్ దేశములో ప్రవేశపెట్టిన సంగీత పద్ధతి?

జ. 'బోధి సత్య' (బైరో)

1061. భారతీయ వాఙ్మయమును బట్టి సింహళము దేనికి ప్రసిద్ధి?

జ. ముత్యాలకు

మ ధ్య యు గ ము

మొఘలాయి యుగము

1062. ఎప్పటి నుండి మొఘలాయి యుగము ప్రారంభము అయినది?

జ. **క్రీ.శ. 1526 నుండి**

1063. మొఘల్ అనే పదము దేని నుండి పుట్టిన వికృతి రూపము?

జ. **మంగోర్ అనే పదము నుండి**

1064. మొగోర్ చరిత్ర ఎవరు వ్రాసినారు?

జ. **మనుచి**

1065. మొఘలులు ఏ జాతికి చెందినవారు?

జ. **తుర్కి, మంగోలియా మిశ్రమ జాతివారు**

1066. వీరి భాష మొదట ఏది?

జ. **తుర్కి**

1067. వీరి మతము ఏది?

జ. **సున్ని మతము**

1068. తుజికి-ఇ-బాబరి దేఇకి మరో పేరు ఏమిటి?

జ. **బాబర్-నామా**

1069. బాబర్-నామా ఎవరి చరిత్ర?

జ. **ఇది బాబరు స్వీయ చరిత్ర**

1070. ఇది ఏ భాషలో రచించబడినది?

జ. **తుర్కి భాషలో ఉన్నది**

1071. హుమాయూన్-నానూ ఎవరు వ్రాసినారు?

జ. **గుల్ బదన్ బేగమ్**

1072. గుల్ బదన్ బేగమ్ ఎవరు?

జ. **బాబరు ముద్దుల కుమార్తె**

1073. తారిఖ్-ఇ-హుమాయూన్ ఎవరు రచించినారు?

జ. **అబుల్ ఫజుల్**

1074. ఎవరు హుమాయూన్ కథ చెప్పుతుంటే, అబుల్ ఫజుల్ రచించినాడు?

జ. **బయాజిద్ అనే వృద్ధుడు**

1075. అక్బర్–నామా ఎవరు వ్రాసినారు?

జ. **అబుల్ ఫజుల్ పారశీక భాషలో రచించినాడు**

1076. అక్బర్ నామా ఎవరి గురించి తెల్పుతున్నది?

జ. **అక్బర్ చరిత్ర గురించి**

1077. ఐనీ అక్బరీ ఎవరు రచించినారు?

జ. **అబుల్ ఫజుల్**

1078. ఐనీ అక్బరీ దేనిని గురించి వివరిస్తున్నది?

జ. **రాజకీయ విధానాలు, పరిపాలన విషయాలు**

1079. మొఘలులు రాక ముందు ఢిల్లీ సింహాసనము ఎవరి ఆధీనములో ఉన్నది?

జ. **లోడి వంశస్థుల ఆధీనములో**

1080. మొఘలాయి వంశమును స్థాపించింది ఎవరు?

జ. **జహిరుద్దీన్ బాబర్**

1081. బాబర్ మొఘలాయి వంశమును ఎప్పుడు స్థాపించెను?

జ. **క్రీ.శ. 1526లో**

1082. కాబుల్ రాజ్య సంక్రమణలో బాబర్ ధరించిన బిరుదు?

జ. **పాదుషా**

1083. బాబర్ కనిపెట్టిన వినూతనమైన ప్రక్రియ ఏది?

జ. **బండల్ల వ్యూహము**

1084. బాబర్ ఎన్నిసార్లు భారతదేశముపై దండయాత్ర చేసినాడు?

జ. **నాల్గుసార్లు క్రీ.శ. 1519 నుండి 1524 వరకు**

1085. మొదటి పానిపట్టు యుద్ధము జరిగిన సంవత్సరము ఏది?

జ. **1526లో జరిగినది**

1086. మొదటి పానిపట్టు యుద్ధము ఎవరి మధ్య జరిగినది?

జ. **ఇబ్రహీంలోడికి, బాబర్‌నకు**

1087. మొదటి పానిపట్టు గురించి ఏ గ్రంథములో తెలుస్తుంది?

జ. **తుజ్–కీ–బాబర్**

1088. ఢీల్లీ సుల్తాన్ ఇబ్రహీం ఓడిపోవడానికి కారణము ఏది?

జ. **సుల్తాన్‌లపట్ల ప్రభుభక్తి లేకపోవడం**

1089. భారతదేశములో పానిపట్టు యుద్ధము వలన జరిగిన మార్పు?

జ. **ఢిల్లీ సింహాసనం మొఘలాయి వశము అయినది**

1090. కాణ్వా యుద్ధము జరిగిన సంవత్సరము ఏది?

జ. **1527లో జరిగినది**

1091. రాజపుత్రుల నాయకుడు ఎవరు?

జ. **రాణాసంగ**

1092. బాబరుకు రాణాసంగలకు మధ్య జరిగిన యుద్ధము ఏది?

జ. **కాణ్వ యుద్ధము**

1093. 1528లో బాబరు చేసిన యుద్ధము ఏది?

జ. **చందేరి యుద్ధము**

1094. గోగ్రా యుద్ధము ఏ సంవత్సరములో జరిగినది?

జ. **క్రీ.శ. 1529లో**

1095. తురుష్క లిపిని సంస్కరించిన వారు ఎవరు?

జ. **బాబర్**

1096. బాబర్ కనిపెట్టిన క్రొత్త లిపి ఏది?

జ. **ఖత్-ఇ-బాబరీ**

1097. ముబైయక్ అంటే ఏమిటి?

జ. **బాబర్ కనిపెట్టిన కొత్త ఛందస్సు**

1098. మొఘలాయీ వంశ స్థాపకులలో రెండోవారు ఎవరు?

జ. **హుమాయూన్ (క్రీ.శ. 1530-56)**

1099. చూనార్ యుద్ధము ఎవరి మధ్య జరిగినది?

జ. **షేర్‌షాకు హుమాయూన్‌నకు**

1100. ఏ యుద్ధము తరువాత హుమాయూన్‌కు రాజ్య భ్రష్టత్వం కల్గినది?

జ. **కనోజ్ యుద్ధము తరువాత**

1101. పుస్తక భాండాగారం నుంచి వస్తూ కాలు జారిపడి మరణించిన చక్రవర్తి ఎవరు?

జ. **హుమాయూన్**

1102. హుమాయూన్ ఏ మతమును ఆదరించినాడు?

జ. **సూఫి మతమును**

1103. ఏ యుద్ధానంతరము ఢిల్లీ షేర్‌షాకు కైవసమయినది?

జ. **బిల్‌గ్రాం**

1104. సూర్ వంశ స్థాపకుడు ఎవరు?

జ. **షేర్‌షా**

1105. మన దేశములోని వంశానికి మూల పురుషుడు ఎవరు?

జ. **ఇబ్రహీంఖాన్ సూర్**

1106. షేర్‌షా అసలు పేరు ఏమిటి?

జ. **పరీదు**

1107. బెంగాల్ రాజ్యము షేర్‌షాకు ఎప్పుడు స్వాధీనం అయినది?

జ. **1533లో**

1108. షేర్‌షా రాజయిన యుద్ధము ఏది?

జ. **చౌసా యుద్ధము**

1109. ఏ యుద్ధముతో చక్రవర్తి అయినాడు?

జ. **కనోజ్ యుద్ధము**

1110. షేర్‌షా 1545లో బుందేల్‌ఖండ్‌పై జరిపిన యుద్ధము ఏది?

జ. **కలంజిర్ యుద్ధము**

1111. షేర్‌షా గ్రామ పాలనలో నియమించిన ఉద్యోగులు ఎవరు?

జ. **పట్వారీ, చౌకిదారి**

1112. షేర్‌షా పెట్టిన పాలనా యంత్రాంగములో తొలి ప్రయాణ దశ ఏది?

జ. **పరగణా**

1113. షిక్‌దార్ యొక్క ప్రధాన బాధ్యత ఏది?

జ. **శాంతి భద్రతలు కాపాడుట**

1114. అమన్ అనగా ఎవరు?

జ. **భూమిని కొలిచి, శిస్తు నిర్ణయించడం**

1115. ఫోతేదార్?

జ. **ధాన్యాగారము, ధనాగారములపై అధిపతి**

1116. పరగణాలకు మూల స్తంభము వంటివారు ఎవరు?

జ. **కానుంగోలు**

1117. షేర్‌షా చేసిన ప్రాదేశిక విభజనలో పెద్దది ఏది?

జ. **సర్కార్**

1118. మున్సిఫ్-ఇ-మున్సిషాన్ అనగా ఎవరు?

జ. **సర్కారులకు న్యాయాధిపతి**

1119. సైనిక పాలన కోసం షేర్‌షా చేసినన ముఖ్యమైన అధికారి ఎవరు?

జ. **ఫౌజ్‌దార్**

1120. రాజముద్ర అచ్చు వేయించే పద్ధతి ఏ విభాగమునకు కలదు?

జ. **అశ్వదళమునకు, గుర్రము మీద రాజముద్ర వేసినారు**

1121. షేర్‌షా ప్రవేశపెట్టిన కొత్త నాణెము ఏది?

జ. **దామ్**

1122. మొఘలాయి సామ్రాజ్యము స్థాపించినవాడు ఎవరు?

జ. **బద్రుద్దీన్ మహమ్మద్ అక్బర్**

1123. అక్బర్ కాలము ఏది?

జ. **క్రీ.శ. 1556-1605 వరకు**

1124. అక్బర్ పట్టాభిషేకం ఎప్పుడు జరిగినది?

జ. **క్రీ.శ. 1556లో బైరాంఖాన్ సమక్షములో**

1125. అక్బర్ నాటి ఛూనార్ సుల్తాన ఎవరు?

జ. **ఆదిల్ షా**

1126. ఆదిల్ షా మంత్రి ఎవరు?

జ. **హేమరాజ్**

1127. రెండవ పానిపట్టు యుద్ధము ఎప్పుడు జరిగినది?

జ. **క్రీ.శ. 1556లో**

1128. రెండో పానిపట్టు యుద్ధము ఎవరి మధ్య కొనసాగింది?

జ. **అక్బరునకు హేమరాజ్ మధ్యన జరిగింది**

1129. రెండో పానిపట్టు యుద్ధము వలన కల్గిన ప్రాముఖ్యత ఏమిటి?

జ. **మొఘల్ రాజ్యం శాశ్వత స్థానాన్ని నిలబెట్టుకున్నది**

1130. పానిపట్టు యుద్ధము తరువాత జరిగిన మార్పు ఏమిటి?

జ. **అఫ్ఘనుల ప్రాబల్యం క్షీణించినది మరియు నూర్ వంశము అంతరించినది**

1131. బైరాంఖాన్ ఎవరు?

జ. **అక్బర్ యొక్క సంరక్షకుడు**

1132. బైరాంఖాన్‌ను ఎవరు చంపినారు?

జ. **ముబారక్ ఖాన్**

1133. అఫ్ఘనులతో మొఘల్‌లు చేసిన చివరి యుద్ధము ఏది?

జ. **క్రీ.శ. 1564 రాహ్‌టాన్‌ఘర్ యుద్ధము**

1134. రాణి దుర్గావతినకు అక్బర్‌నకు జరిగిన యుద్ధము ఏది?

జ. **గోండ్వానా యుద్ధము క్రీ.శ. 1564**

1135. అక్బర్ కేవలం మైత్రి కాంక్షించి చేసిన యుద్ధములు ఏవి?

జ. **రాజపుత్రులతో చేసిన యుద్ధాలు**

1136. కాణ్వా యుద్ధము తరువాత లొంగిపోయిన రాజపుత్ర రాజులలో ముఖ్యుడు?

జ. **రాజ బీహారీమల్ (అంబర్ రాజు)**

1137. రణతంభోర్ యుద్ధము ఎవరి మధ్య జరిగినది?

జ. **నూర్జాన్ హరరావ్‌నకు అక్బర్‌కు మధ్య (1568లో)**

1138. ఎవరి వత్తిడి ఫలితంగా రాయ్ సంధి చేసుకొన్నాడు?

జ. **రాజ్‌మాన్ సింగ్**

1139. మేవాడ్‌ను ఏ వంశస్థులు పాలిస్తున్నారు?

జ. **సెసోదియా రాజ వంశస్థులు**

1140. మేవాడ్ యుద్ధము ఎప్పుడు జరిగినది?

జ. **రాజ ఉదయ్‌సింగ్ మీద (1567 లో)**

1141. మేవాడ్ రాజధాని ఏది?

జ. **చిత్తోడ్**

1142. అక్బర్ చిత్తోడ్ ముట్టడి చేసినప్పుడు మరణించింది ఎవరు?

జ. **జయమల్**

1143. ఉదయ్‌సింగ్ పారిపోయిన రాజపుత్రులకు నాయకత్వము వహించింది ఎవరు?

జ. **పట్టా**

1144. అక్బర్ ఆగ్రా కోట సింహద్వారానికి ఎవరి విగ్రహాలు పెట్టించినాడు?

జ. **జయమల్, పట్టా**

1145. అక్బర్ ఉదయ్‌పూర్ ముట్టడి ఎప్పుడు చేసినాడు?

జ. **క్రీ.శ. 1572**

1146. హల్దీఘాట్ యుద్ధము ఎప్పుడు జరిగినది?

జ. **క్రీ.శ. 1576 లో**

1147. ఈ యుద్ధమునకు అక్బరు ఎవరిని పంపినాడు?

జ. **రాజ తోడరమల్లును**

1148. అక్బరు గుజరాత్ మీద దండెత్తుటకు ముఖ్య కారణము ఏది?

జ. **మక్కా వెళ్ళే యాత్రికులకు పోర్చుగీసువారు ఇబ్బంది కల్గించుట వలన**

1149. ఏ సంవత్సరములో అక్బర్ గుజరాత్‌పై దండెత్తినాడు?

జ. **క్రీ.శ. 1572లో**

1150. గుజరాత్ మీద దండెత్తుట వలన జరిగిన ఫలితము ఏది?

జ. సూరత్‌లో ఉన్న పోర్చుగీసువారిలో సన్నిహిత సంబంధాలు పెరిగినవి

1151. బెంగాల్ యుద్ధము ఎప్పుడు జరిగినది?

జ. రెండుసార్లు జరిగినది (1574-1576లో)

1152. బెంగాల్ నాయకులకు, అక్బరుకు జరిగిన యుద్ధము ఎటువంటిది?

జ. మతపరమైనది

1153. అక్బరు దక్షిణ దండయాత్రలో మొదటిది ఏది?

జ. అహ్మదునగర్

1154. అహ్మదు నగర రాజ్యాధిపతి ఎవరు?

జ. రాజ బహదూర్

1155. అహ్మదు నగర ముట్టడిలో అక్బరును ఎదిరించినది ఎవరు?

జ. బాంద్‌బీబి

1156. ఖాండేష్ ముట్టడి ఎప్పుడు జరిగింది?

జ. క్రీ.శ. 1599లో జరిగినది

1157. ఖాండేష్ విజయానికి చిహ్నంగా నిర్మాణము లేవి?

జ. ఫతేపూర్ సిక్రీ మరియు బులంద దర్వాజా

1158. అక్బర్ పరమత ద్వేషానికి చిహ్నంగా ఉన్నది అని భావించి తీసివేసిన పన్ను ఏది?

జ. యాత్రికులపై పన్ను విధించడము

1159. 1564లో హిందువులపై వేసిన పన్ను ఏది?

జ. జిజియా పన్ను

1160. అక్బర్ తన పాలనలో నిషేధించిన సాంఘిక దురాచారము ఏది.

జ. బాల్య వితంతువు, సతీసహగమనాన్ని

1161. అక్బర్ రాజ భాషగా దేనిని చేసినాడు?

జ. పారశీకను

1162. అక్బరు తుర్జుమా చేయించిన గ్రంథాలు ఏవి.

జ. అథర్వణ వేదాన్ని, రామాయణాన్ని , భారతమును

1163. అథర్వణ వేదాన్ని తర్జుమా చేసినది ఎవరు?

జ. ఇబ్రహీమ్ సర్ హిందీ

1164. అక్బర్ నిర్మించిన ప్రార్థనా మందిరము ఏది?

జ. ఇబాదత్ ఖానా

1165. ఇతడు స్థాపించిన క్రొత్త మతము?

జ. **దిన్-ఇ-ఇల్లాహి**

1166. అక్బరుకు సాంత్వనం చేకూర్చినది ఎవరు?

జ. **సూఫీ మతస్థుడు అయిన షేక్ ముబారక్**

1167. చక్రవర్తి ఎవరి వలన సున్నిని విడచి సూఫీ మతమును అవలంభించినాడు?

జ. **అమబుల్ ఫజిల్, అబుల షైజీలు**

1168. ఇబాదత్ ఖానాను ఎప్పుడు స్థాపించినాడు?

జ. **క్రీ.శ. 1575లో**

1169. అక్బరుకు జ్ఞానోదయము అయిన ప్రాంతము ఏది?

జ. **ఖమార్గా**

1170. ఖమార్గా గ్రామానికి ఏమని నామకరణము చేసినారు?

జ. **చిన్న మక్కాగా**

1171. అక్బర్ ఖుత్బా ఎక్కడ చదివినాడు?

జ. **ఫతేపూర్ సిక్రీలోని జుమ్మా మసీదులో**

1172. ఖుత్బా ప్రకారము దానిలో సారాంశము ఏమిటి.

జ. **చక్రవర్తి పాలన, స్వయం విషయాలలో మతాచార్యులకు ప్రమేయం ఉండకూడదు**

1173. దీన్-ఇ-ఇల్లాహి మతము యొక్క ముఖ్య సూత్రము ఏది?

జ. **సులే-ఇ-కుల్**

1174. సులే-ఇ-కుల్ అనగా?

జ. **ప్రతివారితో శాంతి అనే సూత్రము**

1175. ఈ మతము యొక్క పురోహితుడు ఎవరు?

జ. **చక్రవర్తి (అక్బర్)**

1176. రాజు తరువాత పురోహితుడు ఎవరు?

జ. **అబుల్ ఫజిల్**

1177. అక్బరు కాలములో హిందూ అధికారులు ఎవరు?

జ. **రాజ బీర్బల్, రాజమాన్‌సింగ్, రాజతోడరమల్లు, రాజభగవాన్‌దాస్**

1178. అక్బర్ సృష్టించిన విభజన ఏది?

జ. **సుబా**

1179. శిస్తు విధానములో జప్తి హసాల పద్ధతిని వదలి ఏ విధమైన పద్ధతిని ప్రవేశపెట్టారు?

జ. **నస్క్ పద్ధతి**

1180. అక్బరు కాలములో వజీర్ ఎవరు?

జ. **రాజా తోడరమల్లు**

1181. రాజా తోడరమల్లు ప్రవేశపెట్టిన పద్ధతి ఏది?

జ. **దస్-సాలా పద్ధతిని**

1182. జప్తి పద్ధతిని అమలులో పెట్టుటకు నియమించిన ఉద్యోగులు?

జ. **కానుంగోలు**

1183. న్యాయ పాలనకు అక్బరు తీసుకొన్న చర్య ఏమిటి?

జ. **సదర్ అనే ఉద్యోగులను తీసివేసి ఖాజీలు అనే ఉద్యోగులను నియమించాడు**

1184. అశ్విక దళములో క్రొత్త విధానము ఏది?

జ. **మన్‌సబ్‌దారీ విధానము**

1185. అక్బరు నిర్మించిన భవనములు ఏ వాస్తు రీతిని తెల్పుతున్నాయి?

జ. **పర్షియన్ పద్ధతులు**

1186. మోతీ మసీదును అక్బరు ఎప్పుడు నిర్మించినాడు?

జ. **క్రీ.శ. 1571లో**

1187. అక్బరు కాలములో ప్రారంభమైన సాహిత్యం యొక్క మొదటి దశ ఏది?

జ. **ఇండో - పర్షియన్**

1188. అక్బరు ఆస్థాన కవి ఎవరు?

జ. **అబుల్ ఫైజీ**

1189. అక్బర్ ఆస్థాన గాయకులు ఎవరు?

జ. **తాన్‌సేన్, రామ్‌దాస్, సూర్‌దాస్‌లు**

1190. అక్బర్ ఎవరి వద్ద గాత్రమును నేర్చుకున్నాడు?

జ. **లాల్ కళావంత్**

1191. భారతదేశాన్ని సందర్శించిన ఆసియా చిత్రకారుడు ఎవరు?

జ. **బిహ్‌జాద్**

1192. అక్బర్ ఆస్థాన చిత్రకారులలో ప్రముఖులు ఎవరు?

జ. **జసవన్, దశవంత్**

1193. ఆస్థాన హాస్యగాడు ఎవరు?

జ. **రాజా బీర్బల్**

1194. మొదటిసారిగా దేశములో పండించిన పంట ఏది?

జ. **'పొగాకు'**

1195. ఇంగ్లాండ్ రాణి వ్యాపార నిమిత్తం అనుమతి కోరుతూ ఎవరిని పంపినది?

జ. న్యూబెరి క్రీ.శ. 1581లో

1196. ఇంగ్లాండ్ రాణి ఎలిజిబెత్ అక్బరును ఏమని సంబోధించినది?

జ. కంబేరాజు

1197. అక్బర్ ఆస్థానములో ప్రాధాన్యత వహించిన పోర్చుగీసువారు ఎవరు?

జ. మాన్‌సరత్, ఆక్వావైలా

1198. జహంగీర్ అసలు పేరు ఏమిటి?

జ. మహమ్మద్ సలీమ్

1199. తుజుక్–ఇ–జహంగీర్ రచయిత ఎవరు?

జ. మహమ్మద్ సలీమ్

1200. మహమ్మద్ సలీమ్ ధరించిన బిరుదు?

జ. జహంగీర్

1201. జహంగీర్ చంపించిన సిక్కు గురువు ఎవరు?

జ. గురు అర్జున్‌సింగ్

1202. నూర్జహాన్ అసలు పేరు ఏమిటి?

జ. మెహరున్నీసా

1203. జహంగీర్ వివాహము రోజున మెహరున్నీసాకు ఇచ్చిన బిరుదు?

జ. 'నూర్జహాన్' (ప్రపంచానికి వెలుగు అని అర్థము)

1204. ఝరోకా–ఇ–దర్శన్ ఎవరు ప్రవేశపెట్టినాడు?

జ. అక్బర్

1205. మొట్టమొదటగా ఆంగ్లేయులు ఎవరి ఆస్థానమును సందర్శించినారు?

జ. జహంగీరు ఆస్థానము

1206. వీరి పేర్లు ఏమిటి?

జ. హకిన్స్ – సర్ థామస్ రో

1207. వీరిని పంపిన ఇంగ్లాండు రాజు ఎవరు?

జ. మొదటి జేమ్స్

1208. మొగలాయి చక్రవర్తుల పాలనలో ఎవరిది స్వర్ణ యుగముగా భావించబడుతున్నది?

జ. షాజహాన్ కాలము

1209. షాజహాన్ అసలు పేరు ఏమిటి?

జ. ఖుర్రం

1210. 'జిద్దా' అనే సాంప్రదాయాన్ని నిషేధించినవారు ఎవరు?

జ. 'షాజహాన్'

1211. షాజహాన్ నాణెముపై ఎవరి పేర్లు వేయించినాడు?

జ. మొదటి నలుగురు ఖలీఫా పేర్లు

1212. మొఘలులకు, నిజాం షాహిలకు మధ్య జరిగిన యుద్ధము ఏది?

జ. దౌలతాబాదు ముట్టడి - 1636లో

1213. నిర్మాణాలలో ముఖ్యమైనది ఏది?

జ. ఢిల్లీలోని ఎర్రకోట

1214. దేశములో అన్నిటికంటే పెద్దదైన మసీదు ఏది?

జ. జహన్నామ మసీద్

1215. తాజ్‌మహల్ నిర్మాణానికి చిత్రకారులు ఏ దేశము నుండి వచ్చినారు?

జ. పర్షియా, అరేబియా, టర్కీ

1216. ఈ నిర్మాణమునకు ముఖ్యమైన వాస్తు శిల్పి ఎవరు?

జ. ఉస్తాద్ ఇశా

1217. నెమలి సింహాసనమును ఎవరు చేయించినారు?

జ. షాజహాన్

1218. ఎవరి ఆధ్వర్యములో సంస్కృతము రాజాదరణ పొందినది?

జ. దారా

1219. షాజహాన్ ఆస్థాన పండితులు ఎవరు?

జ. కవీంద్ర ఆచార్య సరస్వతి, సుందర్‌దాస్, చింతామణి

1220. ఏ వ్యాపారాన్ని ప్రభుత్వ ఆధీనములోనికి తీసుకొన్నారు?

జ. నీలిమందు వ్యాపారము

1221. ప్రభుత్వ ఆదాయాన్ని పెంచటానికి ఏ పద్ధతిని అనుసరించినాడు?

జ. నాజర్ పద్ధతిని

1222. చివరి రోజులలో షాజహాను ఏ కోటలో బంధించబడినాడు?

జ. ఆగ్రా కోటలో

1223. ఔరంగజేబు పూర్తి పేరు ఏమిటి?

జ. మొహి-ఉద్దీన్-మహమ్మద్ ఔరంగజేబు

1224. ఔరంగజేబు దేనికి ఎక్కువగా ప్రాధాన్యత ఇచ్చినాడు?

జ. అరబ్బీకి

1225. సులేమాన్ షికోను ఏ విధముగా చంపినాడు?

జ. **పొస్తు అనే ద్రవపదార్థాన్ని ఇచ్చి**

1226. నాణెముల మీద ఖలీమా ముద్రలు మాన్పించింది ఎవరు?

జ. **ఔరంగజేబు**

1227. అక్బరు నుండి వస్తున్న ఏ ఆచారాన్ని నిలిపి వేసినాడు?

జ. **ఘరోఖ-ఇ-దర్శన్**

1228. హిందువుల మీద ఎంత దిగుమతి సుంకాన్ని విధించినాడు?

జ. **5% మాత్రము**

1229. ఇతనిచేత నియమించబడిన క్రొత్త ఉద్యోగులు ఎవరు?

జ. **మహితాసిబ్‌లు**

1230. మొఘలాయి పతనానికి ముఖ్య కారణములు?

జ. **మత సంహిత రాజ్యము**

1231. ఔరంగజేబుతో ఎదిరించి పోరాడినవారు ఎవరు?

జ. **జాట్‌లు, సత్‌నామీలు, సిక్కులు, రాజపుత్రులు**

1232. ఔరంగజేబు ఏ సిక్కు గురువును చంపించినాడు?

జ. **తేజ్ బహదూర్‌ను, 9వ వాడు**

1233. ఏ సంవత్సరము ఫ్యాక్టరీ నిర్మాణమునకు అనుమతి ఇచ్చినాడు?

జ. **క్రీ.శ. 1690లో**

1234. ఔరంగజేబు ఏ విధముగా కుటుంబ పోషణ చేసుకొనేవాడు?

జ. **టోపీలు కుట్టి, ఖురాన్ ప్రతులు వ్రాసి**

1235. గురునానక్ సిక్కు మతమును ఎప్పుడు స్థాపించినారు?

జ. **బాబరు సామ్రాజ్యాన్ని స్థాపించిన రోజులలోనే**

1236. సిక్కులు రాజకీయ అధికారమునకు నాంది పల్కిన యుద్ధము?

జ. **మూడో పానిపట్టు యుద్ధము**

1237. క్రీ.శ, 1601లో క్రైస్తవ మతములోని మహమ్మదీయులు జేరడానికి లిఖిత పూర్వకముగా అనుమతిని ఎవరు ఇచ్చారు?

జ. **అక్బరు**

1238. డచ్‌వారు మొదటిసారిగా ఎవరి కాలములో వచ్చినారు?

జ. **క్రీ.శ. 1608లో జహంగీరు కాలములో వచ్చినారు**

1239. జహంగీర్ కాలములో ఆంగ్లేయ స్థావరాలు ఏవి?

జ. **సూరత్, అహమ్మద్‌నగరు, బ్రోచ్, ఆగ్రా**

1240. భారతదేశములో వర్తకమునకు వచ్చిన ఐరోపావారిలో చివరివారు ఎవరు?

జ. **ఫ్రెంచివారు**

1241. ఆనాటి పరిస్థితుల గురించి ఫ్రెంచి రచయిత ఎవరు?

జ. **బెర్నియర్**

1242. వీరు మొదట ఎక్కడ స్థావరం ఏర్పరచుకొన్నారు?

జ. **క్రీ.శ. 1667, సూరత్ వద్ద**

1243. భారతదేశములో మొఘలాయి పద్ధతి ఎటువంటిది?

జ. **పర్షియా - అరబ్బీ పద్ధతి**

1244. మీర్జా సుల్తాన్ అనే బిరుదులకు తోడుగా మొఘలు ధరించిన బిరుదు ఏది?

జ. **పాదుషా**

1245. వకీల్ అనగా ఎవరు?

జ. **వకీల్ అనగా రాజప్రతినిధి**

1246. అక్బరు కాలములో పనిచేసిన దివానులు ఎవరు?

జ. **అబుల్‌ఫజల్, మాన్‌సింగ్, తోడరమల్లు**

1247. ప్రభుత్వంలోని అన్ని శాఖల జమాఖర్చు పట్టిక తయారుచేసే అధికారి ఎవరు?

జ. **ముస్తాఫి (ఆడిటర్ జనరల్)**

1248. నగర పాలనలో సర్వాధికారి ఎవరు?

జ. **కొత్వాల్**

1249. ఖాల్సా భూమి మీద అధికారి ఎవరు?

జ. **చక్రవర్తి**

1250. సయూర్ ఘల్ భూమి అనగా?

జ. **ముస్లిం మతాచార్యులకు, పండితులకు, పాఠశాలలకు ఇచ్చిన భూమి**

1251. మొఘల్ సైన్యము ఎన్ని విధములుగా ఉన్నది?

జ. **రెండు విధములు 1) చక్రవర్తి సైన్యము 2) మన్‌సబ్‌దారీ సైన్యం**

1252. అవినీతిని రూపుమాపుటకు అక్బరు పెట్టిన సైనిక పద్ధతి?

జ. **జిత్ - సవారి విధానము**

1253. ఎవరి కాలములో న్యాయము ఇస్లామ్ మతానుసారం నడిచినది?

జ. **బాబరు, హుమాయూన్, షేర్‌షా**

1254. హిందువులను 'కాఫిర్' అని సంబోధించినది ఎవరు?

జ. **బాబరు**

1255. అక్బర్ కాలములో ప్రత్యేక స్థానమును నిలబెట్టినది ఏమిటి?

జ. **మతసహనము**

1256. బీర్బల్ అసలు పేరు ఏమిటి?

జ. **మహేష్‌దాసు**

1257. అక్బర్ షాహి శృంగార దర్పణము రచించినది ఎవరు?

జ. **పద్మసుందరుడు అనే జైన పండితుడు**

1258. చక్రవర్తిని ప్రభావితం చేసిన జైనులలో ముఖ్యుడు ఎవరు?

జ. **హీరా విజయసూరి**

1259. ఏ సిక్కు గురువును అక్బరు సందర్శించినాడు?

జ. **గురు అమరదాసు**

1260. బాబరు పెంచిన ఉద్యానవనం ఎక్కడ కలదు?

జ. **లాహోరులోని షాలీమార్ ఉద్యానవనము**

1261. ఏ స్త్రీలకు పునర్వివాహానికి హక్కు ఇచ్చినారు?

జ. **మహారాష్ట్రులు, జాట్‌లు, సిక్కులు స్త్రీలకు**

1262. మీనా బజార్లను ప్రవేశ పెట్టినది ఎవరు?

జ. **హుమాయూను ప్రవేశపెట్టినాడు**

1263. ఆనాడు కాగితపు పరిశ్రమకు ప్రసిద్ధి చెందిన పట్టణము లేవి?

జ. **సియాల్ కోట, ష్వజాదిపూర్**

1264. ఆనాడు తయారు అయిన కాగితం ఎన్ని రకములుగా ఉండేది?

జ. **నూలు, సిల్కు, మాన్‌సింఘ్**

1265. మొఘల్‌లు వస్తువు ధరను ఏ విధముగా విభజించినారు?

జ. **దాయ్ అనే రాగి నాణెపు విలువతో**

1266. ఆనాడు దేశములో వృద్ధి పొందిన సాహిత్యము ఏది?

జ. **హిందీ, బెంగాలి, ఉర్దూ**

1267. ఏ సాహిత్యానికి ఈ యుగము స్వర్ణ యుగముగా పేర్కొనవచ్చును?

జ. **హిందీ సాహిత్యానికి**

1268. హిందీ సాహిత్యములో ఆనాటి ప్రముఖులు ఎవరు?

జ. **మరదాస్, మాలిక్ మహమ్మద్, అబ్దుల్ రహీంఖాన్, తులసిదాస్**

1269. బెంగాలీ సాహిత్యములో ప్రముఖులు?

జ. **కృష్ణదాస్, జయానందుడు, బృందావన్‌దాస్ ముఖ్యులు**

1270. ఉర్దూ భాష ఎక్కడ ఎక్కువగా ప్రసిద్ధి పొందినది?

జ. **ఢిల్లీ, లక్నో, దక్కన్‌లలో**

1271. ఆనాటి ప్రసిద్ధ ఉర్దూ కవులు ఎక్కడివారు?

జ. **బీజాపూర్, ఔరంగాబాద్**

1272. సంగీతముపై గ్రంథమును రచించిన మొఘల్ చక్రవర్తి?

జ. **బాబరు**

1273. అక్బర్ ఆస్థానములోని సంగీత విద్వాంసులు ఎవరు?

జ. **తాన్‌సేన్, బాబారామ్‌దాస్, బైజు బావరా, సూర్‌దాస్‌లు**

1274. తాన్‌సేన్ అసలు పేరు ఏమిటి?

జ. **రామ్ తాన్ మిశ్రా**

1275. సంగీతాన్ని తాన్‌సేన్ పెట్టిన క్రొత్త మార్గము ఏది?

జ. **'హుస్సేనీ'**

1276. ఏ విధమైన స్వరకల్పనా విధానాన్ని ఇతడు ప్రవేశపెట్టినాడు?

జ. **'తాన్' అనే స్వరకల్పన**

1277. ఇతడు హిందూస్థానీ రాగములో కనిపెట్టిన పదము ఏది?

జ. **'మియా' అనే పదము**

1278. తాన్‌సేన్ ప్రసిద్ధ రాగములు ఏమిటి?

జ. **మియా దర్బారు, కన్నడి, మియా మల్హార్, మియాదీపాక్, మియాసారంగ్, మియాతోడి**

1279. ఇతడు కనిపెట్టిన వాయిద్యము లెవ్వి?

జ. **రబాబ్, సుర్ బాహర్, స్వర్ మండల్, స్వర శృంగార్**

1280. 'గుణ్ సముందర్' అనే బిరుదమును పొందిన నాయకుడు ఎవరు?

జ. **మిత్రసింహుడు**

1281. ఆనాడు భారతదేశమును వచ్చిన పర్షియా చిత్రకారులు ఎవరు?

జ. **మీర సయ్యద్ ఆలీ, ఖాజా అబ్దుల్ సమద్**

1282. వీరు చిత్రలేఖనముపై రచించిన గ్రంథము ఏది?

జ. **దస్తాన్-ఇ-అమీర్ హమ్జా**

1283. చిత్రకారుడు అయిన మొఘలాయి చక్రవర్తి ఎవరు?

జ. **హుమాయూన్**

1284. మొఘల్ కాలములో ఉన్న దస్తూరి పద్ధతి ఏమిటి?

జ. **'సఫ్థాలిక్'**

1285. గోడలను అలంకరించే పద్ధతిలో అక్బరు ఎవరిని అనుసరించినాడు?

జ. **హిందు జైన పద్ధతులు**

సిక్కులు

1286. సిక్కు మత స్థాపకుడు ఎవరు?

జ. **గురునానక్**

1287. ఇతడు ఎప్పుడు జన్మించాడు?

జ. **1469లో**

1288. గురునానక్‌కు ఎప్పుడు జ్ఞానోదయం అయినది?

జ. **1499లో బీయస్ నదీ తీరంలో సుల్తాన్‌పూర్ దగ్గర**

1289. భట కోహ్రి అనే భాషలో నానక్ బోధనలు రచించినది ఎవరు?

జ. **గురు అంగద్**

1290. గురు అంగద్ రూపొందించిన క్రొత్త లిపి?

జ. **గురుముఖి**

1291. సిక్కులను గద్దె లేదా మంజీస్ అనే పేరుతో విభజించినది ఎవరు?

జ. **గురు అమర్‌దాస్**

1292. అక్బరుకు అత్యంత సన్నిహితుడైన సిక్కు గురువు ఎవరు?

జ. **గురు రామదాస్**

1293. మత వ్యాప్తి కొరకు 'మనంద్' లను పంపిన సిక్కు గురువు?

జ. **గురు అర్జున్**

1294. అర్జున్ నిర్మించిన మందిరము ఏది?

జ. **అమృత్‌సర్‌లోని స్వర్ణ దేవాలయము**

1295. ఇతడు రచించిన గ్రంథము ఏది?

జ. **ఆదిగ్రంథ**

1296. గురు హర గోవిందు కానుకలను ఏ రూపములో వసూలు చేసినాడు?

జ. **గుర్రాలను, ఆయుధాలను**

1297. సచ్చా-పాదుషా అని బిరుదు ధరించినది ఎవరు?

జ. **గురు హర గోవింద్ సింగ్**

1298. ఔరంగజేబుని చంపిన సిక్కు మత గురువు?

జ. **గురు తేజ్ బహదూర్**

1299. గురు గోవింద్ సింగ్ ఖాల్సాను ఎప్పుడు స్థాపించినారు?

జ. **క్రీ.శ. 1699లో**

1300. దశ్వన్ పాదుషాకా గ్రంథ్‌ను ఎవరు రచించినారు?

జ. **గురు గోవింద సింగ్**

1301. గుర్ మర్ అనగా ఏమిటి?

జ. **ఇది సిక్కుల శాసనసభ**

మహారాష్ట్రులు

1302. ఎవరి నాయకత్వమున మహారాష్ట్రలో రాజ్యస్థాపన జరిగింది?

జ. **ఖాన్‌స్లే వంశస్థుల నాయకత్వమున**

1303. ఈ వంశమువారు ఏ విషయములో శ్రద్ధ తీసుకొన్నారు?

జ. **హిందూ ధర్మ రక్షణ కొరకు**

1304. మహారాష్ట్రుల జాతి పిత ఎవరు?

జ. **శివాజీ**

1305. మొఘల్ మరాఠా యుగము అని ఏ కాలమును పిలుస్తారు?

జ. **క్రీ.శ. 1658-78**

1306. ఖాన్‌స్లే వంశమునకు విశ్వాసము చూపినవాడు ఎవరు?

జ. **దాదాజీ కొండదేవ్**

1307. శివాజీ గురువు ఎవరు?

జ. **సమర్థ రామ్‌దాస్**

1308. మత సంస్కర్తలందరిలో ప్రసిద్ధుడు ఎవరు?

జ. **సమర్థ రామ్‌దాస్**

1309. ఇతని మఠములలో ఆరాధ్య దైవము ఎవరు?

జ. **హనుమంతుడు**

1310. శివాజీని ధైర్యంగా ఎదుర్కొన్న మొఘలాయి చక్రవర్తి ఎవరు?

జ. **ఔరంగజేబు**

1311. పురంధర్ సంధి ఎప్పుడు జరిగినది?

జ. **క్రీ.శ. 1665లో**

1312. పురంధర్ సంధి ఎవరి, ఎవరికి జరిగినది?

జ. **శివాజీకి రాజ జయసింగ్‌తో**

1313. ఏ సంధి తరువాత శివాజీ మొఘల్ దర్బార్‌ను సందర్శించినారు?

జ. **పురంధర్ సంధి తరువాత**

1314. శివాజీ బిరుదులు ఏమిటి?

జ. **రాయఘడ్, ఛత్రపతి అనే బిరుదులు**

1315. శివాజీ అనుమతిలో ఫ్రెంచి వారు స్థాపించుకొన్న స్థావరములు?

జ. **రాజపూర్, సూరత్, మిర్జాన్‌లలో**

1316. శివాజీ అనుసరించిన పరిపాలన విధానము ఏది?

జ. **మొట్టమొదటిగా జాతీయ ప్రభుత్వాన్ని స్థాపించినాడు**

1317. శివాజీ పరిపాలనా విధానములో ఏ మత విధానాలు అనుసరించినాడు?

జ. **హిందూమత ధర్మశాస్త్ర ప్రకారం**

1318. పీష్వా అనగా ఎవరు?

జ. **ప్రధానమంత్రి**

1319. శివాజీ దేశ ఆదాయ వనరులలో ముఖ్యమైనది?

జ. **చౌత్, సర్వేశముఖి**

1320. శివాజీ కాలములో ఉత్తర కొంకణ్ ప్రాంతములో ముఖ్యమైన ఓడరేవు?

జ. **బివాండీ**

1321. శివాజీ అనుసరించే యుద్ధ విధానము ఏది?

జ. **గెరిల్లా యుద్ధ విధానము**

1322. శివాజీ ప్రారంభించిన నూతన శకము ఏది?

జ. **రాజశకము**

1323. చక్రవర్తి తరువాత ముఖ్యమైన వారు ఎవరు?

జ. **అష్టప్రధానులు**

1324. ప్రజాక్షేమము కొరకు శివాజీ చేసిన ప్రధానమైన సంస్కరణ ఏది?

జ. **భూస్వామ్య పద్ధతిని రద్దు చేయుట**

1325. శివాజీ అశ్వక దళాన్ని ఎన్ని రకములుగా విభజించినాడు?

జ. **రెండురకములుగా, బర్గిలు, శిలాహిదార్‌లు**

1326. శంబాజీ ఎవరు?

జ. **శివాజీ యొక్క పెద్ద కుమారుడు**

1327. ఔరంగజేబు శంబాజీపై యుద్ధము ఎందుకు ప్రకటించినాడు?

జ. **తాను వ్యతిరేకించిన రాకుమారునికి ఆశ్రయమిచ్చాడన్న కక్షతో**

1328. పీష్వాల యుగము ఎప్పుడు ప్రారంభమైనది?

జ. **క్రీ.శ. 1713 నుండి ప్రారంభమైనది**

1329. అధికారాన్ని హస్తగతము చేసుకొన్న మొదటి పీష్వా ఎవరు?

జ. **బాలాజీ విశ్వనాథ్**

1330. మొదటి బాజీరావు ఎవరు?

జ. **పీష్వా బాలాజీ విశ్వనాథ్ కుమారుడు**

1331. మొదటి బాజీరావు ఎవరితో మైత్రి సంబంధాలు నెలకొల్పినాడు?

జ. **రాజ పుత్రులతో, బుందేల్‌ఖండ్ రాజులతో**

1332. ఈ కాలములోని సమర్ధ రామ్‌దాస్ ఏ గ్రంథము ద్వారా జాతిని పునరుజ్జీవింప చేసినాడు?

జ. **దేశ బోధ అనే గ్రంథము ద్వారా**

1333. పాల్‌ఖేడ్ యుద్ధము ఎప్పుడు జరిగినది?

జ. **క్రీ.శ. 1727లో**

1334. ఈ యుద్ధము ఎవరి మధ్య జరిగినది?

జ. **బాజీరావునకు నిజామ్‌లతో**

1335. ఈ యుద్ధము ఏ సంధితో ముగిసింది?

జ. **1728లో ముంగి-శివగోవాన్ సంధితో**

1336. బాలాజీ బాజీరావు మరొక పేరు?

జ. **నానాసాహేబ్ అనే మరొక పేరు కలదు**

1337. మూడో పానిపట్టు యుద్ధము ఎప్పుడు ప్రారంభమైనది?

జ. **1761లో మొదలు అయినది**

1338. పానిపట్టు యుద్ధము ఎవరిమధ్య జరిగినది?

జ. **మహారాష్ట్రులు, ఆఫ్ఘనులకు మధ్య జరిగినది**

పోర్చుగీసు వారు

1339. నావిగేటర్ అనే బిరుదు కల్గిన రాజు ఎవరు?
జ. **పోర్చుగల్ రాజు హెన్రీనకు**

1340. వాస్కోడిగామా పోర్చుగల్ నుండి ఎప్పుడు బయలుదేరినాడు?
జ. **క్రీ.శ. 1497 లో**

1341. 1498లో వాస్కోడిగామా భారతదేశములో ఏ ప్రాంతములో చేరినాడు?
జ. **పశ్చిమ తీరంలోని కాలికట్**

1342. ఆనాటి కాలికట్ రాజు ఎవరు?
జ. **కింగ్ జమోరిక్**

1343. మొదటి పోర్చుగీసు వారి స్థావరములపై వైస్రాయి ఎవరు?
జ. **అల్మడా**

1344. అల్మడా కాలము ఏది?
జ. **క్రీ.శ. 1505 నుండి 1509 వరకు**

1345. ఇతడు కోటను ఎక్కడ నిర్మించినాడు?
జ. **లన్ననూరు దగ్గర**

1346. అల్మడా విధానము ఏది?
జ. **బ్లూ వాటర్ విధానము**

1347. క్రీ.శ. 1509లో ఏ దేశము యుద్ధములో మరణించినాడు?
జ. **ఈజిప్టు**

1348. పోర్చుగీసు వైస్రాయిలలో గొప్పవాడు ఎవరు?
జ. **అప్సోనా సో-ది-అల్ బుకర్క్**

1349. అల్‌బుకర్క్ గోవాను ఎప్పుడు స్వాధీనపరచుకొన్నాడు?
జ. **క్రీ.శ. 1510లో**

1350. గోవాలో కాలుపెట్టిన మొదటి క్రైస్తవ మతాచార్యుడు ఎవరు?
జ. **సర్ ఫ్రాన్సిస్ జేవియర్**

1351. డేన్‌లు వర్తక స్థావరమును ఎప్పుడు స్థాపించిరి?
జ. **క్రీ.శ. 1620లో**

1352. భారతదేశములో ఎక్కడ స్థాపించినారు?
జ. **తంజావూరులోని ట్రాంక్విబారులో**

1353. డచ్చి ఈస్ట్ ఇండియా స్థావరము ఎప్పుడు స్థాపించినారు?

జ. **క్రీ.శ. 1602లో**

1354. డచ్చివారు భారత దేశములో స్థావరాలు ఎక్కడెక్కడ స్థాపించుకొన్నారు?

జ. **మచిలీపట్టణం దగ్గర, తంజావూరు, పులికాట్**

1355. భారతదేశములో మొట్ట మొదటగా అడుగుపెట్టింది ఎవరు?

జ. **రివ్, పాదరు థామస్ స్టివెన్సు**

1356. థామస్ స్టివెన్స్ ఏ భాషకు వ్యాకరణమును రచించినాడు?

జ. **కొంకిణి భాషకు**

1357. ఎలిజిబెత్‌రాణి నుండి ఏయే సంవత్సరాలలో భూమార్గమున 'రాయబారులు' భారత్‌కు వచ్చినారు?

జ. **1583లో మరియు 1599లో**

1358. 1583 ఇంగ్లాండు నుండి వచ్చినవారు ఎవరు?

జ. **విలియం లీడ్స్, జేమ్స్ స్టోరా రాల్ఫ్‌పిషి**

1359. అంబై నీ హత్యలు ఏ సంవత్సరములో జరిగినవి?

జ. **క్రీ.శ. 1623 లో జరిగినవి**

1360. 1639లో ఫ్రాన్సిస్‌చే కట్టించిన కోట ఏది?

జ. **సెయింట్ జార్జి కోట. మద్రాసులో**

1361. బ్రిటిష్ పార్లమెంట్ నిర్ణయించిన మతము ఏది?

జ. **ప్రోటిస్టెంట్ మతము**

1362. వర్తకం కోసం వచ్చిన చివరి ఐరోపా వారు ఎవరు?

జ. **ఫ్రెంచ్‌వారు**

1363. ఫ్రెంచివారి ప్రధాన కేంద్రము ఏది?

జ. **పాండిచ్చేరి వీరి ప్రధాన కేంద్రము**

1364. 1720లో పాండిచ్చేరిలోని ఫ్రెంచ్ గవర్నర్ ఎవరు?

జ. **లెనాయర్**

1365. 'డూప్లే' ఎప్పటి నుండి పాండిచ్చేరి గవర్నర్‌గా ఉన్నాడు?

జ. **క్రీ.శ. 1741 నుండి**

1366. మొదటి కర్ణాటక యుద్ధము ఎప్పుడు జరిగినది?

జ. **క్రీ.శ. 1744లో మొదలు అయినది**

1367. మొదటి కర్ణాటక యుద్ధానికి కారణము?

జ. **క్రీ.శ. 1746లో ఆంగ్లేయులు, ఫ్రెంచినౌకలు పట్టుకొనడంతో**

1368. సెయింట్ డేవిడ్ కోట ఎప్పుడు ముట్టడించినారు?

జ. **క్రీ.శ. 1746లో లాబార్‌నీస్ ముట్టడించినాడు**

1369. 1746లో జరిగిన మరొక యుద్ధము ఏమిటి?

జ. **శోంధోయ్ యుద్ధము**

1370. 1748లో జరిగిన ఎక్స్-లా-ఛాపెలీ సంధి ఎవరి మధ్య జరిగినది?

జ. **ఫ్రెంచ్ మరియు ఆంగ్లేయ వర్తకుల మధ్య**

1371. అంబార్ యుద్ధము జరిగిన సంవత్సరము ఏది?

జ. **క్రీ.శ. 1747 ఆగస్టు 3లో జరిగినది**

1372. తిరుచునాపల్లి ముట్టడి జరిగిన సంవత్సరము?

జ. **క్రీ.శ. 1751లో**

1373. మూడో కర్ణాటక యుద్ధము జరిగిన సంవత్సరము ఏది?

జ. **క్రీ.శ. 1755లో**

1374. మూడో కర్ణాటక యుద్ధము ఏ సంధితో ముగిసింది?

జ. **క్రీ.శ. 1763లో పారిస్ సంధితో ముగిసింది**

బెంగాల్ యుద్ధము

1375. మీర్జా మహమ్మదు మరొక పేరు ఏమిటి?

జ. **సిరాజ్ - ఉద్దౌలా**

1376. ఏ సంవత్సరములో సిరాజ్ ఖాశిం బజారును ముట్టడి చేసినాడు?

జ. **క్రీ.శ. 1756లో**

1377. ఖాశిం బజారు ముట్టడిలో ముఖ్యమైన సంఘటన ఏది?

జ. **నల్ల గది విషాదాంతము**

1378. చాందర్ నగర పతనము ఎప్పుడు జరిగినది?

జ. **క్రీ.శ. 1757లో**

1379. చాందర్ నగర పతనమునకు కారణము?

జ. **ఫ్రెంచ్‌వారిని ఆంగ్లేయులు బెంగాల్ నుండి తరిమివేయుట వలన**

1380. ప్లాసీ యుద్ధము జరుగుటకు కారణము ఏమిటి?

జ. **సిరాజ్ ఫ్రెంచివారికి ఆశ్రయము కల్పించుట వలన**

1381. ఆంగ్లేయులకు, సిరాజ్‌నకు ప్లాసీ యుద్ధము ఎప్పుడు జరిగినది?

జ. **క్రీ.శ. 1757లో పలాసి దగ్గర**

1382. సిరాజ్ ఉద్దౌలా చంపినవారు ఎవరు?

జ. **మీర్ జాఫర్**

1383. ప్లాసీ యుద్ధము వలన జరిగిన మార్పు ఏమిటి?

జ. **ఈ యుద్ధము వలన ఆంగ్లేయులు బెంగాల్‌లో సుస్థిరత సాధించుకొన్నారు**

1384. మీర్ జాఫర్ ఏ సంవత్సరములో బెంగాల్ నవాబు అయినాడు?

జ. **1757 నుండి (1760 వరకు)**

1385. మీర్ జాఫర్ తరువాత వచ్చిన నవాబు ఎవరు?

జ. **మీర్‌ఖాశిం**

1386. మీర్‌ఖాశిం ఎప్పుడు బెంగాల్ నవాబు అయినాడు?

జ. **1760లో**

1387. మీర్‌ఖాశిం రాజధానిని ఎక్కడనుండి మార్చినాడు?

జ. **ముషిరాబాదు నుండి మాన్‌ఘిర్‌నకు**

1388. బాక్సార్ యుద్ధము ఎప్పుడు జరిగినది?

జ. **1764లో**

1389. ఏ యుద్ధములో మీర్‌ఖాశిం మరణించినాడు?

జ. **కారా దగ్గర జరిగిన యుద్ధములో**

1390. క్లైవ్ కెప్టెన్ బిరుదును ఏ విధముగా సంపాదించినాడు?

జ. **క్రీ.శ. 1751లో ఆర్కాట్‌ను స్వాధీన పరచుకొనుటవలన**

1391. బెంగాల్‌లో ద్వంద్వ ప్రభుత్వము ఎప్పుడు ఏర్పడినది?

జ. **క్రీ.శ. 1765లో**

1392. వారన్ హేస్టింగ్స్ ఎప్పుడు గవర్నరు అయినాడు?

జ. **క్రీ.శ. 1772 బెంగాలుకు**

1393. దేశమంతా ఒకే రకమైన కేంద్రపాలన తీసుకొన్నవారు ఎవరు?

జ. **బ్రిటిష్ వారు**

1394. బ్రిటిష్‌వారు మనదేశములోకి రాగలగడానికి ప్రధాన కారణము?

జ. **నౌకా కేంద్రము**

1395. మనదేశ సంస్థానాధీశులు మొఘలాయి, ఆంగ్లేయులను ఎదుర్కొనలేకపోవడానికి తగిన కారణము ఏది?

జ. **సరిఅయిన నౌక నిర్మాణము సాధించలేకపోవడం**

1396. భారతదేశములో బ్రిటిష్ విజయానికి ప్రధాన కారణము.

జ. **ప్రజలలో జాతీయభావన లేకపోవుట వలన**

ఆంగ్ల-మహారాష్ట్రుల యుద్ధములు

1397. మొదటి మహారాష్ట్ర యుద్ధము ఎప్పుడు జరిగింది?

జ. **క్రీ.శ. 1775లో**

1398. మొదటి మహారాష్ట్ర యుద్ధమునకు కారణము ఏది?

జ. **మహారాష్ట్ర నాందేడ్ విషయంలో ప్రభుత్వము జోక్యము చేసుకొనుట వలన**

1399. నానాపద్నవీస్ ఏర్పాటు చేసిన కూటమి ఏది?

జ. **బారాబాయి అనే కూటమి**

1400. క్రీశ. 1775లో జరిగిన సంధి ఏది?

జ. **సూరత్ సంధి, ఆంగ్లేయులకు, రఘునాధరావుకు**

1401. పురంధర సంధి ఎవరిమధ్య జరిగినది?

జ. **కర్నల్ అప్టన్‌నకు నానాఫద్నవీస్‌తో**

1402. పురంధర్ సంధి ఏ సంవత్సరంలో జరిగినది?

జ. **క్రీ.శ. 1776 మార్చి నెలలో**

1403. నానాపద్నవీస్ ఎవరికి పశ్చిమ తీరంలోని రేవు పట్టణాన్ని కానుకగా ఇచ్చినాడు?

జ. **ఫ్రెంచి వారికి**

1404. నానాపద్నవీస్ ఎవరితో మైత్రి ఏర్పర్చుకొని మిత్రకూటమిగా ఏర్పాటు చేసుకొన్నాడు?

జ. **హైదరాలి, నైజామ్‌లతో సంధి చేసుకొని**

1405. నానాపద్నవీస్ 1781లో సైన్యమును ఎక్కడ ముట్టడించినాడు?

జ. **బోర్‌ఘాట్ వద్ద**

1406. హేస్టింగ్స్ గ్వాలియార్ కోటను ఎప్పుడు ముట్టడించినాడు?

జ. **క్రీ.శ. 1781 లో సిప్రి దగ్గర**

1407. సాల్బేసంధి ఎప్పుడు జరిగినది?

జ. **క్రీ.శ. 1782లో జరిగింది**

1408. సాల్బేసంధి ప్రకారము పీష్వాగా ఎవరు నియమించబడినారు?

జ. **రెండో మాధవరావు**

1409. మహారాష్ట్రులు ఆంగ్లేయులతో సమానంగా యుద్ధం చేయడానికిగాను పాశ్చాత్య యుద్ధ విధానము ఎవరు ఇచ్చినారు?

జ. **బెనోడిబాయిన్ అనే ఫ్రెంచి దేశస్థుడు**

1410. క్రీ.శ. 1785లో టిప్పు సుల్తానుపై దండెత్తినది ఎవరు?

జ. **నానా పడ్నవీస్**

1411. రెండో మహారాష్ట్ర యుద్ధము ఎప్పుడు జరిగింది?

జ. **క్రీ.శ. 1803 నుండి 1805 వరకు**

1412. బెస్సిన్ సంధి ఎప్పుడు జరిగినది?

జ. **క్రీ.శ. 1802 డిశంబర్ 31న**

1413. మహారాష్ట్ర నాయకులు అవమానకరమైన సంధిగా భావించినది ఏది?

జ. బెస్సిన్ సంధి

1414. సింథియా నుండి ఆంగ్లేయులు పొందిన నగరములు ఏవి?

జ. **అహ్మదు నగరము, బ్రోచ్ నగరము**

1415. ఆనాడు రాజపుత్ర స్థానములలో ముఖ్యమైనవి ఏవి?

జ. **జయపూర్, జోధపూర్, గోహద్**

1416. క్రీ.శ. 1804లో ఆంగ్లేయులు జనరల్ లేక్ నాయకత్వాన ఎవరిపై దండెత్తినారు?

జ. **హోల్కార్‌పై**

1417. హోల్కార్ సహాయము కోరిన పంజాబు రాజు ఎవరు?

జ. **రంజిత్‌సింగ్**

1418. వెల్లస్లీ స్థానములో వచ్చిన వారు ఎవరు?

జ. **హేస్టింగ్ క్రీ.శ. 1831లో**

1419. హేస్టింగ్ ఏ విధానమునకు స్వస్తి చెప్పినాడు?

జ. **తటస్థ విధానమునకు**

1420. మూడో మహారాష్ట్ర యుద్ధము ఎప్పుడు జరిగినది?

జ. **క్రీ.శ. 1817 నుండి**

1421. మూడో మహారాష్ట్ర యుద్ధము జరగడానికి గల కారణములు ఏవి?

జ. **మహారాష్ట్ర పాలకులు బలహీనులు, ఐకమత్యం లేకపోవుట వలన**

1422. హేస్టింగ్స్ అందరి మహారాష్ట్ర నాయకులతో చేసుకొన్న సంధి ఏది?

జ. **సహాయక సంధులు**

1423. ఆంగ్లేయులపై తిరుగుబాటు చేసినవారు ఎవరు?

జ. **మొదటి పీష్వా**

1424. వారన్ హేస్టింగ్స్ స్థాపించిన సంస్థానము ఏది?

జ. **సతారా**

ఆంగ్ల- మైసూరు యుద్ధము

1425. ప్రసిద్ధి చెందిన కారేష్ వంశానికి చెందినవాడు ఎవరు?

జ. **హైదరాలి**

1426. మొదటి మైసూర్ యుద్ధము ఎప్పుడు జరిగింది?

జ. **క్రీ.శ. 1767లో**

1427. ఆంగ్లేయులు హైదరాలిపై దండయాత్ర చేయడానికి గల కారణము?

జ. **ఆంగ్లేయులకు శత్రువులు అయిన మవూజ్‌ఖాన్‌కు, రాజ సాహెబ్‌కు హైదరాలి తన ఆస్థానములో రక్షణ కల్పించినాడు**

1428. నైజామ్‌నకు హైదరాలికి మధ్య సంధి కుదిర్చినవారు ఎవరు?

జ. **మవూజ్‌ఖాన్**

1429. మొదటి మైసూర్ యుద్ధములో ఆంగ్లేయులు ఓడిపోవడానికి గల కారణాలు ఏవి?

జ. **మద్రాసు కౌన్సిల్ స్వార్థమే**

1430. రెండో మైసూరు యుద్ధము ఎప్పుడు జరిగింది?

జ. **క్రీ.శ. 1780 నుండి ప్రారంభమైనది**

1431. రెండో మైసూర్ధు యుద్ధానికి కారణములు ఏమిటి?

జ. **హైదరాలి అధికార పరిధిలో ఉన్న మహి రేవు పట్టణముపై ఆంగ్లేయులు దాడి చేయుట**

1432. హైదరాలికి సహాయము చేసినవారు ఎవరు?

జ. **ఫ్రెంచివారు**

1433. మంగుళూరు సంధి ఎప్పుడు జరిగింది?

జ. **క్రీ.శ. 1784లో**

1434. మంగుళూరు సంధి ఎవరి మధ్య జరిగినది?

జ. **టిప్పు సుల్తానునకు మెకాల్ ప్రభువునకు**

1435. మూడో మైసూరు యుద్ధము ఎప్పుడు జరిగినది?

జ. **క్రీ.శ. 1790 నుండి ప్రారంభమైనది**

1436. మూడో మైసూరు యుద్ధంలో ముఖ్య పాత్ర వహించినవాడు ఎవరు?

జ. **టిప్పు సుల్తాను**

1437. మైసూరు ఆస్థానములో ఉన్న హిందూ దివాన్ ఎవరు?

జ. **పూర్ణయ్య**

1438. క్రీ.శ. 1784లో టిప్పు ధరించిన బిరుదు?

జ. **సుల్తాను**

1439. పోర్చుగీసువారిని మల్బార్ ప్రాంతము నుండి ఎందుకు పంపివేసినాడు?

జ. **హిందువులను, మహమ్మదీయులను క్రైస్తవ మతములో చేర్పిస్తున్నారు అని**

1440. టిప్పు ఎవరి సహాయము కోరినాడు?

జ. **ఫ్రెంచివారి, తురుష్క రాజు సహాయం**

1441. మచిలీపట్టణం సంధి ఎప్పుడు జరిగింది?

జ. **క్రీ.శ. 1768లో**

1442. మచిలీపట్టణం సంధి ఎవరి మధ్య జరిగింది?

జ. **నైజామ్‌లకు, ఆంగ్లేయులకు**

1443. నైజామ్‌ల నుండి ఆంగ్లేయులు పొందిన సర్కార్ ఏది?

జ. **గుంటూరు సర్కారు**

1444. శ్రీరంగ పట్టణం సంధి ఎప్పుడు జరిగింది?

జ. **క్రీ.శ. 1792లో**

1445. శ్రీరంగపట్టణం సంధి ఎవరి మధ్య జరిగింది?

జ. **ఆంగ్లేయులకు, టిప్పులకు మధ్య**

1446. నాల్గవ మైసూరు యుద్ధము ఎప్పుడు జరిగింది?

జ. **క్రీ.శ. 1799లో**

1447. నాల్గవ మైసూరు యుద్ధానికి కారణము లేవి?

జ. **టిప్పు ఫ్రెంచివారి సైనిక సహకారము, శిక్షణ పొందటము**

1448. ఈ మైసూరు యుద్ధము ఎక్కడ జరిగినది?

జ. **శ్రీరంగపట్టణం దగ్గర సిద్ధేశ్వర కనుమ దగ్గర**

1449. ఈ యుద్ధము ఎలా ముగిసింది?

జ. **టిప్పు మరణంతో**

1450. నాల్గవ యుద్ధము వలన ఫలితములు ఏవి?

జ. **శ్రీరంగపట్టణం ఆంగ్లేయుల పరమైది**

1451. మైసూరు రాజ్యాన్ని ఆంగ్లేయులు ఎవరికి ఇచ్చినారు?

జ. **వడియార్ వంశస్థులైన కృష్ణరాజ వడియారుకు**

1452. ఆంగ్లేయులు గుంటూరు సర్కారును ఎవరికి ఇచ్చినారు?

జ. **నైజాం సోదరుడు బసాలత్‌కు**

1453. క్రీ.శ. 1779లో బసాలత్ దగ్గర నుండి గుంటూరు సర్కార్ తీసుకొన్న ఆంగ్లేయ అధికారి ఎవరు?

జ. **రమ్‌బోల్టు**

1454. క్రీ.శ. 1800లో వెల్లస్లీ, నైజామ్‌లతో చేసుకొన్న సంధి ఏమిటి?

జ. **నైజామ్ ఆస్థానములో ఉన్న ఫ్రెంచివారిని వెళ్ళగొట్టుట**

1455. దత్త మండలాలు ఏవి?

జ. **బళ్ళారి, అనంతపూర్, కడప, కర్నూలు**

1456. దత్త మండలాలు అని పేరు ఎందుకు వచ్చినది?

జ. **నైజాం ధనమునకు బదులు మైసూరు యుద్ధము వల్ల లభించిన ప్రాంతాలను ఆంగ్లేయులకు దత్తత ఇచ్చినారు**

1457. కోరమండల్ తీరానికి ముఖ్య పట్టణము ఏది?

జ. **ఆర్కాట్**

1458. కర్ణాటక పాలనా బాధ్యత ఆంగ్లేయులు ఎవరి వద్ద నుండి పొందినవారు?

జ. **మహమ్మదాలి నుండి**

1459. తంజావూరును ఆంగ్లేయులు ఏ విధముగా కలుపుకున్నారు?

జ. **1855లో డల్‌హౌసీ రాజ్య సంక్రమణ సిద్ధాంతాన్ని అమలులో పెట్టి**

1460. సూరత్‌లో ద్వంద్వ ప్రభుత్వాన్ని ఎప్పుడు ఏర్పాటు చేసినారు?

జ. **క్రీ.శ. 1759లో కంపెనీవారు ఏర్పాటు చేసినారు**

1461. టాడ్ రాజపుత్ర శోభను తన ఏ గ్రంథములో వర్ణించినాడు?

జ. **రాజస్థాన్ కథావళి అను గ్రంథములో**

1462. మధ్య ఇండియా గాథలు అనే గ్రంథమును రచించినది ఎవరు?

జ. **'మల్‌కమ్'**

1463. పిండారీల పేరు మొదటిసారిగా మనకు ఎప్పుడు వినబడినది?

జ. **క్రీ.శ. 1689లో**

1464. పిండారీలకు ఆ పేరు ఏ విధముగా వచ్చినది.

జ. **'పిండా' అనే మత్తు ద్రావకమును త్రాగేవారు**

1465. పిండారీలను అణిచివేయుటకు అధిక శ్రద్ధ తీసుకొన్న గవర్నర్ ఎవరు?

జ. **హేస్టింగ్స్**

1466. సిక్కులను ఏకంచేసి వారిని ఔన్నత్యానికి తెచ్చిన యుగపురుషుడు ఎవరు?

జ. **రంజిత్‌సింగ్**

1467. గవర్నర్ జనరల్ మింటో ఎవరిని రాయబారిగా రంజిత్‌సింగ్ దగ్గరకు పంపినాడు?

జ. **మెట్‌కాఫ్‌ను**

1468. ఆంగ్లేయులకు మరియు సిక్కులకు సంధి ఎక్కడ జరిగినది?

జ. **అమృత్‌సర్ దగ్గర**

1469. క్రీ.శ. 1813లో ఏ రాజ్యాన్ని రంజిత్‌సింగ్ గెలుచుకొన్నాడు?

జ. **ఆటక్ రాజ్యాన్ని**

1470. రంజిత్‌సింగ్ కోహినూర్ వజ్రమును ఎవరి వద్ద సంపాదించినాడు?

జ. **కాబూల్ రాజు 'షాఘోజీ' దగ్గర నుండి**

1471. రంజిత్‌సింగ్‌తో మైత్రి కోరిన ఇంగ్లాండు రాజు ఎవరు?

జ. **నాలుగో విలియం**

1472. నాలుగో విలియం రంజిత్‌సింగ్‌కు పంపిన బహుమతులు ఏమిటి?

జ. **5 గుర్రాలను, ఒక బండిని**

1473. రంజిత్‌సింగ్ మంత్రులలో ముఖ్యుడు ఎవరు?

జ. **ఫరేరి అజిజుద్దీన్**

1474. మొదటి సిక్కు యుద్ధము ఎప్పుడు మొదలు అయినది?

జ. **క్రీ.శ. 1845లో**

1475. ఎవరి మధ్య సిక్కుల యుద్ధము జరిగింది?

జ. **ఆంగ్ల సైన్యము తరపున సర్ హ్యూగప్, తేజ్‌సింగ్ నాయకత్వాన సిక్కులకు**

1476. 1846లో ఆంగ్లేయులకు సిక్కులకు ఎక్కడ సంధి జరిగినది?

జ. **లాహోరులో జరిగినది**

1477. రెండో సిక్కు యుద్ధము ఎప్పుడు జరిగింది?

జ. **క్రీ.శ. 1848లో మొదలు అయినది**

1478. రెండో సిక్కు యుద్ధమునకు ముఖ్య కారణము ఏది?

జ. **ఖైరోవల్ సంధి ప్రకారము ఆంగ్లేయులు పంజాబును వదలి వెళ్ళలేదు**

1479. రెండో సిక్కు యుద్ధము వలన ఫలితము లెవ్వి?

జ. **సిక్కుల నాయకుడు షేర్‌సింగ్ లొంగిపోయినాడు. పంజాబుపై ఆంగ్లేయుల ఆధిపత్యము లభించినది.**

1480. క్రైస్తవ మతమును స్వీకరించిన క్రైస్తవ రాజు ఎవరు?

జ. **దిలీప్‌సింగ్**

1481. డల్‌హౌసి ప్రవేశపెట్టిన కొత్త ప్రభుత్వ విధానము ఏమిటి?

జ. **'నాన్ రెగ్యులేషన్ సిస్టమ్'**

బ్రిటిష్ వారి రాక పూర్వము భారతదేశ ఆర్థిక పరిస్థితి

1482. బ్రిటిష్‌వారి పూర్వము నగరాలకు ఎన్ని విధములుగా విభజించవచ్చును?

జ. **3 విధములుగా, రాజకీయ ప్రాధాన్యత, మత ప్రాముఖ్యత, వాణిజ్య విలువ**

1483. దేశములో ఆనాడు ముఖ్యమైన పరిశ్రమగా ఉండేది ఏది?

జ. **అద్దకం**

1484. ఆనాడు అంతర్జాతీయ ఖ్యాతి గడించిన పరిశ్రమలు ఏవి?

జ. **సిల్కు బట్టలు**

1485. బ్రిటిష్‌వారి పూర్వము గ్రామాల ఆర్థిక వ్యవస్థ ఏ విధముగా ఉన్నది?

జ. **ఆదిమ వ్యవసాయ పద్ధతులపై**

1486. డేల్విదాలో నిర్మించిన జైన దేవాలయము నిర్మాత ఎవరు?

జ. **వాస్తుపాల్, తేజ్‌పాల్**

1487. గ్రామాలు ఏ విధమైన స్థాయిలో ఉండేవి?

జ. **కుల పంచాయితీ స్థాయిలో**

1488. ఆనాటి కాలములో రాజునకు దేనిపై హక్కు ఉండేది కాదు?

జ. **భూమిపై హక్కు ఉండేది కాదు**

బ్రిటిష్‌వారు వచ్చిన తరువాత

1489. బ్రిటిష్‌వారి దండయాత్ర వలన ఏ విధానము విప్లవానికి దారి తీసింది?

జ. **భూస్వామ్య విధానము**

1490. భూమిపై సాంప్రదాయ హక్కు గ్రామాలకు పోయి ఏ విధముగా మార్పు వచ్చింది?

జ. **భూస్వామ్య విధానము, రైతు వ్యక్తిగత విధానము**

1491. ఏ విధానము వలన భూస్వాములు సృష్టించబడినారు?

జ. **శాశ్వత కౌలుదారీ విధానము వలన**

1492. శాశ్వత కౌలుదారీ విధానము ఏ ప్రాంతంలో మొదలు అయినది?

జ. **బెంగాలు, బీహారు, ఒరిస్సా**

1493. బ్రిటిష్‌వారు శిస్తులు విధించడములో ఎలా అనుసరించినారు?

జ. బ్రిటిష్ – న్యాయ ఆర్థిక రీతులను బట్టి

1494. బ్రిటిష్‌వారు సృష్టించిన రైతువారి విధానము అనగా?

జ. దున్నే రైతే భూమికి యజమాని

1495. బ్రిటిష్‌వారి ఆధునిక పద్ధతుల వలన క్షీణించినవి ఏమిటి?

జ. చేతివృత్తుల పని

1496. బెంగాల్ రాష్ట్రమునకు మొదటి గవర్నర్ జనరల్ ఎవరు?

జ. వారన్ హేస్టింగ్స్

1497. బక్సరు యుద్ధములో క్లైవ్‌కు సహాయపడినది ఎవరు?

జ. వారన్ హేస్టింగ్స్

1498. ఏ సంవత్సరములో హేస్టింగ్స్ బెంగాల్ గవర్నర్ అయినాడు?

జ. 1772లో

1499. ప్రథమంగా ఆంగ్లేయులు భారతదేశములో రాజ్యము ఎక్కడ స్థాపించినారు?

జ. బెంగాలు రాష్ట్రములో

1500. బెంగాల్‌లో ద్వంద్వ ప్రభుత్వాన్ని ఎవరు ప్రవేశపెట్టినారు?

జ. క్లైవ్

1501. బెంగాల్ రాష్ట్రానికి కలకత్తాను రాజధానిగా చేసినది ఎవరు?

జ. వారన్ హేస్టింగ్స్

1502. బెంగాల్ రాష్ట్రములో ద్వంద్వ ప్రభుత్వాన్ని ఎవరు రద్దు చేసినారు?

జ. వారన్ హేస్టింగ్స్

1503. క్లైవ్ గవర్నర్‌గా ఉన్నప్పుడు జమీందార్ల దగ్గర నుండి శిస్తు వసూలు చేసే ఉద్యోగులు?

జ. నాయబ్‌లు

1504. నాయబ్‌లను రద్దుచేసి హేస్టింగ్స్ ఏ సంఘాన్ని ఏర్పాటు చేసినారు?

జ. బోర్డు ఆఫ్ రెవెన్యూ

1505. హేస్టింగ్స్ ప్రవేశపెట్టిన నూతన విధానము ఏది?

జ. శిస్తును వేలము వేయించినాడు

1506. 1774లో వారన్ నియమించిన సమితి ఏది?

జ. రెవిన్యూ నియంత్రణ సమితి

1507. వారన్ హేస్టింగ్స్ నియమించిన న్యాయస్థానములు ఏవి?

జ. సర్ దివాని అదాలత్, సదర్ నిజమత్

1508. కారన్ వాలీస్ బెంగాల్ రాష్ట్ర గవర్నర్‌గా ఎప్పుడు నియమించబడినాడు?

జ. **క్రీ.శ. 1786లో**

1509. వాలీస్ ప్రవేశపెట్టిన సంస్కరణలు ఏ విధానమును అనుసరించి ఉన్నాయి?

జ. **ఇంగ్లాండు పద్ధతులు అనుసరించి**

1510. ఇంగ్లాండు దేశ పద్ధతులు అనుసరించి భారత్‌లో శాసనాలు వ్రాయించినాడు. దానికి ఏమని పేరు పెట్టాడు?

జ. **'కారన్ వాలీస్ కోడ్' అని పేరు**

1511. కారన్ వాలీస్ సృష్టించిన పదవి ఏమిటి?

జ. **పోలీస్ సూపరింటెండెంట్**

1512. వాలీస్ ప్రవేశపెట్టిన సంస్కరణలన్నిటిలో ఎక్కువ ప్రాముఖ్యం దేనికి గలదు?

జ. **శాశ్వత పన్ను విధానము**

1513. బొంబాయి, మద్రాసు రాష్ట్రాలలో ప్రవేశపెట్టిన పన్ను ఏది?

జ. **రైతువారి పద్ధతి**

1514. రైతువారి పద్ధతికి మూల పురుషుడు ఎవరు?

జ. **సర్ థామస్ మన్రో**

1515. వెల్లస్లీ ఎప్పుడు భారతదేశానికి గవర్నర్ జనరల్‌గా నియమించబడినారు?

జ. **క్రీ.శ. 1798లో**

1516. వెల్లస్లీ అమలులో పెట్టిన సంధి?

జ. **సహాయక సంధి**

1517. వెల్లస్లీ 1800లో కలకత్తాలో నిర్మించిన కళాశాల ఏది?

జ. **పోర్టు విలియం కళాశాల**

1518. ఇతడు సంస్కరించిన న్యాయస్థానము ఏది?

జ. **సదర్ దివాని అదాలత్**

1519. అతడు పెట్టిన సహాయక సంధి వలన దేనికి నష్టము కల్గింది?

జ. **సంస్థానములు**

1520. క్రీ.శ. 1817లో కలకత్తాలో స్థాపించబడిన కళాశాల?

జ. **హిందూ కళాశాల**

1521. 1818లో వెలువడిన బెంగాలి పత్రిక ఏది?

జ. **'సమాచార దర్పణ' సంపాదకుడు మార్షమాన**

1522. భారతదేశములో బ్రిటిష్ సామ్రాజ్యానికి ప్రథమ గవర్నర్ ఎవరు?

జ. **విలియం బెంటింక్**

1523. నల్లముందు ఎక్కువగా ఎక్కడ తయారు చేసేవారు?

జ. **బీహారు, బెంగాల్‌లలో**

1524. నల్లమందు ఎక్కువగా ఏ ఏ దేశాలకు ఎగుమతి చేసేవారు?

జ. **చైనా తూర్పు దీవుల వారికి**

1525. బెంటింక్ సంచార కోర్టులకు బదులు నియమించినవి?

జ. **'రెవిన్యూ కమీషనర్‌లు'**

1526. మేజిస్ట్రేట్ అధికారములు కలెక్టర్‌కి ఎప్పుడు వచ్చినవి?

జ. **క్రీ.శ. 1831లో వచ్చినవి**

1527. 'జ్యూరి' పద్ధతి ఎక్కడ ప్రవేశపెట్టినారు?

జ. **బెంగాల్‌లో**

1528. ఆంగ్ల భాషను రాజ భాషగా ఎవరు ప్రవేశ పెట్టినారు?

జ. **విలియం బెంటింక్**

1529. బెంటింక్ క్రీ.శ. 1835లో నియమించిన విద్యా సంఘము అధ్యక్షుడు ఎవరు?

జ. **'మెకాలే'**

1530. బెంటింక్ కాలములో ఉద్యమానికి నాయకత్వము వహించింది ఎవరు?

జ. **రాజా రామమోహనరాయ్**

1531. 1829లో బెంటింక్ చేసిన చట్టము ఏది?

జ. **సతీసహగమనాన్ని నిషేధించినాడు**

1532. సతీసహగమనాన్ని ఏ సంవత్సరములో నిషేధిస్తూ శాసనాలు చేసింది?

జ. **క్రీ.శ. 1812, 1815 మరియు 1817లలో**

1533. డల్‌హౌసి గవర్నర్ జనరల్‌గా మన దేశమునకు ఎప్పుడు వచ్చినాడు?

జ. **క్రీ.శ. 1848లో**

1534. మొదటి రైలు మార్గము ఎక్కడ నుండి ఎక్కడకు వేయబడినది?

జ. **బొంబాయి నుండి థాణాలకు, 1853లో వేసినారు**

1535. తంతి సౌకర్యము మొదటగా ఎవరు వేయించినారు?

జ. **డల్‌హౌసి**

1536. ప్రాంతీయ భాషలో విద్యాబోధన జరగడానికి అనుమతించిన అధికారి ఎవరు?

జ. **డల్‌హౌసి**

1537. క్రీ.శ. 1854లో గొప్ప విద్యా పథకాన్ని అమలుపెట్టిన విద్యా అధికారి ఎవరు?
జ. ఛార్లెస్ వుడ్

కంపెనీ ప్రభుత్వము

1538. ఆంగ్లేయులు తూర్పు ఇండియా సంఘమును ఎప్పుడు స్థాపించినారు?
జ. **క్రీ.శ. 1600 సం॥లో**

1539. మొట్టమొదటిగా భారతదేశంలో వ్యాపారానికి అనుమతి ఇస్తూ చార్టర్‌ను చేసింది?
జ. **ఎలిజబెత్ రాణి**

1540. ఆంగ్ల పార్లమెంట్ చట్టరూపంగా చార్టర్‌ను ఎప్పుడు జారీ చేసినది?
జ. **క్రీ.శ. 1688 నుండి**

1541. తూర్పు ఇండియా కంపెనీపై పార్లమెంట్ ఎప్పుడు జోక్యం చేసుకొన్నది?
జ. **క్రీ.శ. 1772లో**

1542. ఏ సంవత్సరములో పార్లమెంట్ రెగ్యులేటింగ్ చట్టమును రూపొందించినది?
జ. **క్రీ.శ. 1773లో**

1543. ఏ చట్టము ద్వారా సుప్రీమ్‌కోర్టు కలకత్తాలో స్థాపించబడినది?
జ. **రెగ్యులేటింగ్ చట్టము ద్వారా**

1544. పార్లమెంట్ చట్టము ఎవరి కాలములో అమలులోకి వచ్చింది?
జ. **వారన్ హేస్టింగ్స్ కాలములో**

1545. ఏ సంవత్సరములో పార్లమెంట్ చట్టము జారీ చేయబడినది?
జ. **క్రీ.శ. 1781లో**

1546. పిట్ ఇండియా చట్టముకు ఆ పేరు ఎందుకు వచ్చినది?
జ. **ఇంగ్లాండ్ ప్రధాని విలియం పిట్ బిల్లును ప్రతిపాదించినందుకు**

1547. పిట్ ఇండియా చట్టము ఎప్పుడు ప్రవేశపెట్టబడినది?
జ. **క్రీ.శ. 1784లో**

1548. ఈ చట్టమును అనుసరించి క్రొత్తగా రూపొందించినది ఏమిటి?
జ. **నియంత్రణ బోర్డు**

1549. పిట్ ఇండియా చట్టము ఎందుకు రూపొందించబడినది?
జ. **క్రీ.శ. 1781లో రెగ్యులేటింగ్ చట్టములోని లోపాలు సరిచేయుటకు**

1550. క్రీ.శ. 1793లో చార్టర్ చట్టము చేయుటకు కారణము లేవి?
జ. **కంపెనీ పాలనను 20 సం॥ పొడిగించబడినది**

1551. ఈ చట్టములోని ముఖ్య అంశము ఏమిటి?

జ. **గవర్నర్ జనరల్‌కు, గవర్నర్‌కు ప్రత్యేక అధికారాలు కల్పించడము**

1552. క్రీ.శ. 1813లో చేయబడిన చార్టర్‌కు ముఖ్య కారణము ఏమిటి?

జ. **చార్టర్ భారతదేశముపై బ్రిటిష్ పార్లమెంట్‌కు ఎక్కువ అధికారం కల్పించడం**

1553. చార్టర్ వలన బ్రిటిష్ వారికి కల్గిన అవకాశము?

జ. **క్రైస్తవ మత వ్యాప్తికి బిషప్‌ను పంపించడానికి అనుమతి లభించింది**

1554. ఏ చార్టర్ ద్వారా బ్రిటిష్ చక్రవర్తికి భారతదేశము మీద హక్కు లభించినది?

జ. **క్రీ.శ. 1833లోని చార్టర్ ద్వారా**

1555. ఏ చార్టర్ ద్వారా కంపెనీ అధికారం పూర్తిగా తొలగిపోయినది?

జ. **క్రీ.శ. 1853 చార్టర్ ద్వారా**

కంపెనీ పాలన - భారతదేశ స్థితి

1556. భారతదేశములో మొదటి తూర్పు ఇండియావారు ఏ వ్యాపారం చేసేవారు?

జ. **లవంగాలు, సుగంధ ద్రవ్యాలు, వస్తు మార్పిడీ వ్యాపారం చేసేవారు**

1557. 17వ శతాబ్దము చివరిలో ఆంగ్లేయులకు లాభసాటిగా మారిన వ్యాపారముఏది?

జ. **పట్టు వస్త్రాలు, నూలు వస్త్రాలు**

1558. ఏ యుద్ధము వలన ఆంగ్లేయులకు రాజకీయ అధికారము లభించినది?

జ. **ప్లాసీ యుద్ధము తరువాత**

1559. ఇంగ్లాండులో పారిశ్రామిక వర్గము బలపడుతున్న కొలది భారతదేశములోని కుటీర పరిశ్రమ స్థితి ఏ విధముగా ఉన్నది?

జ. **క్షీణదశలో ఉన్నది**

1560. బెంగాల్‌లో చేసిన 1793 చట్టము ద్వారా జరిగిన పరిస్థితి ఏమిటి?

జ. **కొన్ని వేలమంది నేతపనివారు వృత్తులు వదలినారు**

1561. భారతదేశంలో ఆధునిక విద్యావ్యాప్తి చేసిన వారిలో ముఖ్యులు?

జ. **క్రైస్తవ మిషనరీలు**

1562. బెనారస్ హిందు విశ్వవిద్యాలయమును ఎవరు స్థాపించారు?

జ. **పండిత మాలవీయ**

1563. ఆలీఘడ్ విశ్వవిద్యాలయాన్ని స్థాపించిన వారు ఎవరు?

జ. **సయ్యద్ అహ్మద్ ఖాన్**

1564. భారతదేశములో విద్యావ్యాప్తి బాధ్యత మొట్టమొదట కంపెనీకి ఏ చార్టర్ ద్వారా లభించినది?

జ. **క్రీ.శ. 1813 చార్టర్ ద్వారా**

1565. ఇంగ్లీషు విద్యను ప్రవేశపెట్టాలి అనే ధోరణికి ప్రోత్సాహమిచ్చింది ఎవరు?

జ. **'మెకాలే'**

1566. ఈ అభిప్రాయాన్ని సమర్థించినది ఎవరు?

జ. **రాజరామమోహన్‌రాయ్**

1567. బెంటింక్ పాశ్చాత్య రీతి విద్యాబోధన ఎప్పుడు అంగీకరించినాడు?

జ. **క్రీ.శ. 1835లో**

1568. ఆనాటి విద్యాబోర్డులో భారత ప్రముఖులు ఎవరు?

జ. **జగన్నాథ్ శంకర్‌శేట్, ప్రేమ్‌జీ, వాన్‌జీ, ముక్బాకు**

1569. దక్కన్ ఎడ్యుకేషన్ సొసైటీని ఎవరు ఏర్పాటు చేసినారు?

జ. **తిలక్, అగార్కర్**

1570. భారత విశ్వవిద్యాలయ చట్టమునకు ఎప్పుడు ఆమోదముద్ర లభించినది?

జ. **క్రీ.శ. 1904లో**

1571. క్రీ.శ. 1921లో ఎవరి ఆధ్వర్యములో విద్యాశాఖను భారత మంత్రులకు బదిలీ చేసినారు?

జ. **డై అర్కి ఆధ్వర్యములో**

1572. బ్రిటిష్ ప్రభావానికి మొట్టమొదట లోనయిన రాష్ట్రము?

జ. **బెంగాలు**

1573. భారతదేశంలో బ్రిటిష్‌వారు ప్రథమముగా బెంగాల్‌లో ఏ విధానాన్ని ప్రవేశపెట్టినారు?

జ. **జమీందారీ విధానాన్ని**

1574. దీని వలన బెంగాల్‌లో ఏర్పడ్డ క్రొత్త వర్గములు ఏవి?

జ. **జమీందార్లు మరియు కౌలుదార్లు**

1575. బెంగాల్, బొంబాయిలలో ప్రత్తి, జనపనార పరిశ్రమ స్థాపనవల్ల ఏర్పడ్డ వర్గములు?

జ. **కార్మిక వర్గములు**

1576. భారతీయ వ్యవసాయదార్ల రాజకీయ చైతన్యం ఎప్పటి నుండి ప్రారంభమైనది?

జ. **1918 నుండి ప్రారంభమైనది**

1577. బెంగాల్‌లో కౌలుదారి చట్టము ఎప్పుడు వచ్చింది?

జ. **క్రీ.శ. 1885లో వచ్చింది**

1578. క్రీ.శ. 1879లో వచ్చిన చట్టము ఏది?

జ. **దక్కన్ వ్యవసాయదార్ల సహాయక చట్టం**

1579. క్రీ.శ. 1921లో ఔథ్‌రెంట్ ఆక్ట్ ఎప్పుడు వచ్చింది?

జ. **గుంటూరులో, కర్ణాటకలో రైతు ఉద్యమాల వలన**

1580. మల్‌బార్ తీరంలో జరిగిన తిరుగుబాటు ఎటువంటిది?

జ. **ఆర్థిక మరియు మతపరమైనది**

1581. మల్‌బార్ తీరములోని తిరుగుబాటు ఎప్పుడు జరిగింది?

జ. **1921లో దీనినే మోప్ల తిరుగుబాటు అంటారు**

1582. 'లో కిసాన్' సభలు ఎప్పుడు ఏర్పాటు అయినవి?

జ. **క్రీ.శ. 1926లో, అధ్యక్షుడు మోతీలాల్**

1583. ఆంధ్ర రైతు సంఘము ఎప్పుడు ప్రారంభమైనది?

జ. **క్రీ.శ. 1928లో ప్రారంభమైనది**

1584. 1938లో జరిగిన అంతర్జాతీయ కార్మిక సభలో భారత్ ప్రతినిధి ఎవరు?

జ. **పరులేకర్**

1585. అంతర్జాతీయ కార్మిక సభలు ఎక్కడ జరిగినవి?

జ. **జెనీవాలో**

1586. భారత కార్మిక సంఘములు మీద వేసిన కమీషన్ ఏమిటి?

జ. **విట్లీ కమిషన్**

1587. కార్మికులకు రక్షణ కల్పించేందుకు ఏర్పాటు చేసిన యాక్టు ఏది?

జ. **1931లో ఏర్పాటుచేసిన యాక్టు ఇండియన్ పోర్ట్సు యాక్టు**

1588. కార్మిక రక్షణ కొరకు ఏర్పాటు చేసిన ఫ్యాక్టరీ చట్టం ఎప్పుడు చేసిరి?

జ. **క్రీ.శ. 1934లో**

1589. 1897లో ఏర్పాటు అయిన సంఘము ఏది?

జ. **రైల్వే ఉద్యోగుల సంయుక్త సంఘము**

1590. భారత కార్మికులు చేసిన రాజకీయ సమ్మె ఏది?

జ. **1908లో తిలక్‌ను జైలులో నిర్బంధించినపుడు**

1591. 1920లో ఏర్పాటు అయిన సంస్థ ఏది?

జ. **ఆల్ ఇండియా ట్రేడ్ యూనియన్ కాంగ్రెస్**

1592. ట్రేడ్ యూనియన్ వ్యవస్థాపకులు ఎవరు?

జ. **జోషి, లజపతిరాయ్, జోసెఫ్ బాప్టిస్టా**

1593. భారతదేశములో ప్రప్రథమంగా ముద్రణను ఎవరు ప్రవేశపెట్టినారు?

జ. **పోర్చుగీస్ వారు**

1594. 1557లో పోర్చుగీసువారు దేని ముద్రణకై కృషి చేసినారు?

జ. **క్రైస్తవ సాహిత్యము**

1595. మొఘలుల కాలములో ఏ విధమైన పత్రికలు ఉండేవి?

జ. **రాత వార్తా పత్రికలు**

1596. ఇండియా కౌన్సిల్ చట్టము ఎప్పుడు చేయబడినది?

జ. **క్రీ.శ. 1861లో**

1597. క్రీ.శ. 1861లో మొదటి పత్రిక ఏది?

జ. **'టైమ్స్ ఆఫ్ ఇండియా'**

1598. 1863లో ప్రారంభమైన ఆంగ్లో బెంగాలీ వార్తా పత్రిక ఏది?

జ. **ది అమృత్ బజార్**

1599. ఈ పత్రికకు కృషి జరిపిన వ్యక్తులు ఎవరు?

జ. **గోష్ సోదరులు, మోతీలాల్, హేమేంద్రకుమార్**

1600. వర్నాక్యులర్ యాక్టు తప్పించుకోవడానికి పూర్తిగా ఆంగ్ల పత్రికగా చేసిన పత్రిక?

జ. **'అమృత్ బజార్'**

1601. 1879లో ది బెంగాలీ పత్రిక స్థాపకులు ఎవరు?

జ. **సరేంద్రనాథ్ బెనర్జీ**

1602. సర్ దయాళ్‌సింగ్ లాహోర్ నుండి ప్రారంభించిన దిన పత్రిక?

జ. **'ది ట్రిబ్యునల్'**

1603. మద్రాసులో స్థాపించబడిన ఆంగ్ల వార పత్రిక ఏది?

జ. **'ది హిందూ'**

1604. దీనిని ఎవరు ఎప్పుడు స్థాపించినారు?

జ. **వీర రాఘవాచారి, 1878లో**

1605. మరాఠి భాషలో ప్రచురితమైన పత్రిక ఏది?

జ. **ది కేసరి**

1606. ది కేసరి పత్రికను ఎవరు ఎప్పుడు స్థాపించినారు?

జ. **క్రీ.శ. 1889లో తిలక్ స్థాపించినాడు**

1607. 1910లో ఇండియన్ ప్రెస్ యాక్టును ఎవరు చేసినారు?

జ. **లార్డు రిప్పన్**

1608. భారత జాతీయ పత్రికల మూల పురుషుడు ఎవరు?

జ. **రాజా రామమోహన్‌రాయ్**

1609. 1799లో నియమించిన సెన్సార్ కమిటి ఏమిటి?

జ. **మార్క్విస ఆఫ్ వెల్లస్లీ**

1610. బొంబాయి, బెంగాల్ పత్రికల మీద విధించిన ఆంక్షలను మెకాలే సహాయముతో ఎవరు రద్దు చేసినారు?

జ. **మెట్‌కాఫ్. 1835 చట్టం ద్వారా**

1611. 1857లో లార్డు కానింగ్ జారీ చేసిన ప్రెస్ యాక్టుకు మరో పేరు?

జ. **గాగింగ్ యాక్టు**

1612. మొట్ట మొదటగా యూరప్ వాణిజ్య మండలి ఎక్కడ ఏర్పాటు అయినది?

జ. **1834లో కలకత్తాలో**

1613. మొదటి భారత వాణిజ్య మండలి ఏది?

జ. **బెంగాల్ జాతీయ వాణిజ్య మండలి**

1614. దీనిని ఎప్పుడు స్థాపించినారు?

జ. **క్రీ.శ. 1887లో స్థాపించినారు**

1615. మద్రాసులో దక్షిణ వాణిజ్య మండలి ఎప్పుడు ఏర్పాటు చేసినారు?

జ. **క్రీ.శ. 1909లో స్థాపించారు**

1616. అఖిల భారత కిసాన్ కాంగ్రెస్ మొట్టమొదటి సభ ఎక్కడ జరిగింది?

జ. **1935లో లక్నోలో జరిగింది**

1617. ముస్లిమ్ రైతుల కొరకు అబ్దుల్ రహీద్ స్థాపించిన పార్టీ?

జ. **కృషిక్ ప్రజా పార్టీ**

1618. కులతత్వంపై వ్యవస్థ కొనసాగడానికి గల కారణాలు రాజారామ్‌మోహన్ ఏ విధముగా తెలుసుకొన్నాడు?

జ. **మహా నిర్మాణ తంత్ర సిద్ధాంతాన్ని ప్రయోగించినాడు**

1619. దేశములో కుల వ్యతిరేక ఉద్యమాన్ని ప్రారంభించింది ఎవరు?

జ. **బ్రహ్మ సమాజం**

1620. క్రీ.శ. 1873లో స్థాపించబడిన సమాజము ఏది?

జ. **'సత్య శాధిక సమాజ్'**

1621. 1932లో గాంధీ స్థాపించిన సంఘము ఏది?

జ. **అఖిల భారత హరిజన సేవక్ సంఘ్**

1622. అఖిల భారత మహిళా సభ ఎప్పుడు ఏర్పాటు చేసినారు?

జ. క్రీ.శ. 1926లో

1623. 1856లో వచ్చిన చట్టము ఏది?

జ. వితంతువు పునర్వివాహానికి సంబంధించిన చట్టము

1624. ముత్తుల లక్ష్మీరెడ్డి ఆందోళన ఫలితంగా 1925లో చేసిన చట్టము?

జ. దీని ప్రకారం మైనర్లతో వ్యభిచరించేవారు శిక్షించబడుదురు

1625. భారత మహిళా విశ్వవిద్యాలయం ఎవరు స్థాపించారు?

జ. క్రీ.శ. 1916లో కార్వే స్థాపించినాడు

1626. భారత మహిళలు రాజకీయాలలోకి ఎప్పుడు ప్రవేశించినారు?

జ. క్రీ.శ. 1919 తరువాత

1627. ముస్లిమ్ మహిళలలో విద్యా వ్యాప్తికై కృషి చేయాలి అని ప్రబోధించినది ఎవరు?

జ. సర్ సయ్యద్ అహ్మద్ ఖాన్

1628. బ్రిటిష్ దండయాత్రల వలన భారతదేశములో నెలకొల్పబడిన సమాజము ఏది?

జ. పెట్టుబడిదారీ సమాజము

1629. ప్రథమముగా జాతీయ చైతన్యం ఏ విధముగా వెల్లడయినది?

జ. మత సంస్కరణ ఉద్యమాల రూపంలో

1630. మత సంస్కరణ ఉద్యామాలకు నాంది పల్కినది ఎవరు?

జ. రాజా రామమోహన్‌రాయ్

1631. భారతదేశములో హిందూమతము ఎప్పుడు ఆధ్యాత్మిక చైతన్యం కల్గించింది?

జ. 19వ శతాబ్దములో

ఆంగ్లేయులు సరిహద్దు ప్రాంతాలు

1632. మొదటిగా సింధు ప్రాంతమునకు ఆంగ్లేయులకు సంబంధము ఎప్పుడు ఏర్పడినది?

జ. క్రీ.శ. 1758లో

1633. ఆంగ్లేయులు సింధూలో ఏ ప్రాంతములో ఫ్యాక్టరీని నెలకొల్పినారు?

జ. దట్టాలో

1634. ఏ సంవత్సరములో ఆంగ్లేయులు సింధూ అమీర్‌లతో సంధి చేసుకొన్నారు?

జ. క్రీ.శ. 1832లో

1635. ఏ సంధిలో సింధు ప్రాంతము స్వతంత్రత కోల్పోయినది?

జ. క్రీ.శ. 1839లో అక్లాండ్ ప్రభువు సింధులో సహాయక ఒప్పందము

1636. సింధూ అమీర్‌లు ఆంగ్లేయులపై ఎప్పుడు తిరగబడినారు?

జ. **క్రీ.శ. 1843లో**

1637. సింధూ అమీరులు దాడి చేసిన ఆంగ్ల ఆదివాసి ఎవరు?

జ. **జౌట్ రామ్**

1638. సింధు అమీర్‌లపై యుద్ధము ప్రకటించినది ఎవరు?

జ. **'నేపియర్'**

1639. సింధు ప్రాంతమును ఆంగ్లేయులు పూర్తిగా ఎప్పుడు స్వాధీనం చేసుకొన్నారు?

జ. **1843లో పూర్తిగా సింధు ప్రాంతమును స్వాధీనము అయినది**

1640. ఆఫ్ఘనిస్తాన్ రాజ్యాన్ని స్థాపించినది ఎవరు?

జ. **అహమ్మద్‌షా**

1641. మొదటి ఆఫ్ఘన్ యుద్ధమునకు కారణము లేవి?

జ. **ఆఫ్ఘన్‌లు రష్యావారితో మైత్రి చేస్తారు అన్న భయంతో**

1642. క్రీ.శ. 1840లో ఆంగ్లేయులకు పట్టుబడిన ఆఫ్ఘన్ రాజు ఎవరు?

జ. **దోస్తు మహమ్మదు**

1643. ఆఫ్ఘన్ సామంతులు హత్య చేసిన ఆంగ్లేయాధికారి ఎవరు?

జ. **అలెగ్జాండరు బర్న్స్**

1644. మాక్‌నాటన్ అనే ఆంగ్లేయాధికారి, అక్బర్‌ఖాన్‌లతో సంధి ఎప్పుడు చేసుకొన్నాడు?

జ. **క్రీ.శ. 1841లో చేసుకొన్నాడు**

1645. ఆంగ్లేయులు ఏ సంవత్సరములో బర్మాలో స్థావరములు ఏర్పరచుకొన్నారు?

జ. **క్రీ.శ. 1627లో**

1646. మొదటి బర్మా యుద్ధము ఎప్పుడు మొదలు అయినది?

జ. **క్రీ.శ. 1824లో మొదలు అయినది**

1647. రెండో బర్మా యుద్ధము ఎప్పుడు జరిగింది?

జ. **క్రీ.శ. 1852లో**

1648. యండబు సంధి ఎప్పుడు జరిగినది?

జ. **క్రీ.శ. 1826లో బర్మారాజుకు-ఆంగ్లేయులకు మధ్య**

1649. భారతదేశములో 1861 నుండి సివిల్ సర్వీసును ప్రారంభించినది ఎవరు?

జ. **కారన్ వాలీస్**

1650. 1865లో ఎవరి ఆధ్వర్యములో హైద్దలు కలకత్తా, బొంబాయి, మద్రాసులలో స్థాపించారు?

జ. **జాన్ లారన్స్**

1651. 1856లో విధవ పునర్వివాహ చట్టమును చేసినది ఎవరు?

జ. **డల్హౌసి**

1652. 'జోనతన్' సంస్కృతి కళాశాలను ఎక్కడ స్థాపించినాడు?

జ. **వారణాసిలో 1792లో**

1653. ఎప్పటినుండి ఆంగ్లభాష బోధించబడుతున్నది?

జ. **క్రీ.శ. 1835 విలియం బెంటింక్ ఆధ్వర్యములో**

1654. క్రీ.శ. 1882 భారత్ విధాన కమీషన్ యొక్క అధ్యక్షులు ఎవరు?

జ. **హంటర్**

1655. వెల్లస్లీ సివిల్ సర్వీసు యొక్క శిక్షణా కళాశాలను ఎక్కడ స్థాపించినాడు?

జ. **కాలికాట్‌లోని పోర్టు విలియం**

1656. భారతీయ విశ్వవిద్యాలయం చట్టము ఎప్పుడు అయినది?

జ. **క్రీ.శ. 1904లో**

1657. నెల్లూరు ముట్టడి ఎవరి ఆధ్వర్యములో జరిగినది?

జ. **మింటో ఆధ్వర్యములో 1806లో**

1658. లార్డ్ మాయో స్థాపించిన కళాశాలలు ఏవి?

జ. **మయో కళాశాల-అజ్మీర్‌లో, రాజకోట్ కళాశాల-కత్వాన్**

1659. ఎవరికాలములో అగ్రికల్చర్ శాఖ ప్రారంభించబడినది?

జ. **లార్డ్ మాయో కాలములో**

1660. ఎవరి కాలములో Wales రాకుమారుడు భారతదేశమును సందర్శించెను?

జ. **లార్డ్ నాత్ బ్రూక్ కాలములో 1875లో**

1661. మొట్టమొదట జనాభా లెక్కింపు ఎవరి కాలములో జరిగింది?

జ. **లార్డు రిప్పన్ కాలములో 1881లో**

1662. స్థానిక సంస్థల ప్రభుత్వము ఎవరు పరిచయం చేసినారు?

జ. **లార్డు రిప్పన్ 1882లో**

1663. రిప్పన్ విద్యాసంస్కరణల కోసం ఏర్పాటు చేసిన కమీషన్?

జ. **హంటర్ కమీషన్**

1664. భారత కాంగ్రెసును స్థాపించుటకు ప్రోత్సహించినది ఎవరు?

జ. **లార్డు ఢాఫ్రిన్**

1665. డ్యూరాండ్ కమీషన్ ఎవరు వేసినారు?

జ. **లార్డు Lansdowne. 1893లో**

1666. లార్డ్ Lansdowne 1891లో చేసిన చట్టము ఏది?

జ. **ఫ్యాక్టరీ చట్టము**

1667. 1902లో థామస్ కమీషన్‌ను ఎవరు వేసినారు?

జ. **లార్డు కర్జన్**

1668. థామస్ కమీషన్ దేనికొరకు వేయబడినది?

జ. **యూనివర్సిటీలలో మార్పుల కొరకు**

1669. పంటల పరిశోధనా కేంద్రాలయము కర్జన్ ఎక్కడ స్థాపించినాడు?

జ. **'పూస' బీహార్‌లో**

1670. బెంగాల్ విభజన ఎవరి కాలములో జరిగింది?

జ. **లార్డు కర్జన్ కాలములో**

1671. సివిల సర్వీసు పరీక్షలు ఇంగ్లాండులోను, భారతదేశములోనూ ఒకేసారి ఏ సంవత్సరము నుండి నిర్వహించినారు?

జ. **క్రీ.శ. 1922 నుండి**

1672. ఎవరి కాలములో రాజధాని కలకత్తా నుండి ఢిల్లీకి మారినది?

జ. **1911లో లార్డు హర్డిం మార్చినాడు**

1673. క్రీ.శ. 1784 చట్టము ద్వారా ఏర్పడిన ప్రభుత్వము ఏమిటి?

జ. **ద్వంద్వ ప్రభుత్వము**

1674. ఎవరి ఆధ్వర్యములో లా కమీషన్ ప్రారంభించబడినది?

జ. **మెకాలే**

1675. మోడరన్ విధానములో సివిల్ సర్వీసులు ఎవరు మార్పు చేశారు?

జ. **కారన్ వాలీస్**

1676. 'లీ' కమీషన్‌ను ఎవరు వేసినారు?

జ. **లార్డు రీడింగ్**

1677. 1793లో శాశ్వత శిస్తు పథకమునకు కారన్‌వాలీస్‌కు ఎవరు సహాయపడినారు?

జ. సర్ జాన్ షోర్

1678. మింటో మార్లే సంస్కరణలు ఏ సంవత్సరములో జరిగినాయి?

జ. **1909లో**

1679. లార్ట్ మింటో కాలములో 1907లో జరిగిన సంఘటన ఏది?

జ. **కాంగ్రెసులో చీలికలు వచ్చినవి**

1680. భారత సార్వభౌమాధికారి అనే బిరుదు ఎవరు ధరించారు?

జ. **ఎలిజిబెత్ రాణి, ఢిల్లీ దర్బారులో 1876**

1681. సుప్రీంకోర్టును కలకత్తాలో స్థాపించినపుడు మొదటి ప్రధాన న్యాయాధికారి ఎవరు?

జ. **ఇమ్‌పె**

1682. ఫెడరల్ కోర్టు ఢిల్లీ ఎప్పుడు స్థాపించబడింది?

జ. **క్రీ.శ. 1837లో**

1683. హేతువాద, భౌతికవాద సిద్ధాంతాలు దేశములో ఎప్పుడు ఆరంభించబడినాయి?

జ. **క్రీ.శ. 1930 తరువాత**

1684. సోషలిస్టు, కమ్యూనిస్టు భావములు దేశములో ఎప్పుడు నుండి ప్రారంభమైనవి?

జ. **క్రీ.శ. 1923 తరువాత నుండి**

1685. స్పార్క్, న్యూ స్పార్క్ పత్రికలకు సంపాదకులు ఎవరు?

జ. **దేశాయ్, హబిన్ సన్**

1686. వీరు ఇద్దరు ఏ కుట్ర కేసులో నిందితులు?

జ. **మీరట్ కుట్ర కేసులో**

1687. అయోధ్యలో ద్వంద్వ ప్రభుత్వాన్ని రద్దు చేసినది ఎవరు?

జ. **వెల్లస్లీ**

1688. బ్రిటిష్ వారి విజయాలకు కారణము ఏమిటి?

జ. **వారి నౌకా బలము**

1689. భారతదేశములో ఏ ప్రాంతము వస్త్రాల నేతకు ప్రసిద్ధి గాంచినది?

జ. **బెంగాల్**

1690. బెంగాల్ బ్రిటిష్‌వారి వశము ఎప్పుడు అయినది?

జ. **క్రీ.శ. 1765 నాటికి**

1691. చంద్రనగర్‌లో ఉన్న ఫ్రెంచ్ స్థావరాన్ని ముట్టడించింది ఎవరు?

జ. **'క్లైవ్'**

1692. హేస్టింగ్సు రెవిన్యూ కౌన్సిల్‌కు సహాయకునిగా నియమించి దానికి ఏ పేరు పెట్టాడు?

జ. **'రెరేయన్' అందురు**

1693. హేస్టింగ్సు ప్రతి జిల్లాలో ఏర్పరచిన కోర్టు?

జ. **దివాని అదాలత్**

1694. కలకత్తాలో హేస్టింగ్సు స్థాపించిన ముఖ్యమైన కోర్టు?

జ. **సాదర్ అదాలత్**

1695. రెగ్యులేటింగ్ చట్టము యొక్క ముఖ్య లక్షణము?

జ. **గవర్నర్ జనరల్ యొక్క అధికారములు రెట్టింపు చేసింది**

1696. కంపెనీ రాజ్య భాగములపై ఇంగ్లాండ్ రాజుకు సర్వాధికారం కల్గియున్నది అని ఏ చార్టర్ ద్వారా తెలియుచున్నది?

జ. **1813 చార్టర్ విధానము ద్వారా**

ఆధునిక భారతదేశ చరిత్ర

1857 తిరుగుబాటు

1697. భారతదేశ చరిత్రలో మరువరాని సంఘటన ఏది?

జ. **1857 తిరుగుబాటు**

1698. ఆంగ్లేయ పాలనలో ఎటువంటి న్యాయం పద్ధతి కల్గి ఉన్నది?

జ. **అందరికి సమాన న్యాయం కల్గియుండుట**

1699. ఆంగ్లేయులు ఏ విధముగా రాజ్యాలను ఆక్రమించినాడు?

జ. **సహాయ సంధి పద్ధతి, రాజ్య సంక్రమణ సిద్ధాంతము**

1700. బ్రిటన్‌లో జరిగిన పారిశ్రామిక విప్లవము వలన భారతదేశానికి కల్గిన నష్టం ఏమిటి?

జ. **చేతి పనులు, కుటీర పరిశ్రమలు**

1701. 1857లో తిరుగుబాటుకు సాంఘిక కారణము లేవి?

జ. **సతీసహగమనము, ఆంగ్ల విద్య, క్రైస్తవ మత వ్యాప్తి**

1702. ఎవరి కాలము నుండి సంస్కరణలను వ్యతిరేకించినారు?

జ. **బెంటింక్ కాలము నుండి**

1703. 1857 తిరుగుబాటుకు మత సంబంధమైన కారణము ఏమిటి?

జ. **హిందువులను క్రైస్తవులుగా మార్చివేస్తారు అన్న భయంతో**

1704. ఏ సంవత్సరము వరకు మిషనరీలకు భారతదేశములో ప్రవేశము ఉండేది కాదు?

జ. **క్రీ.శ. 1793 వరకు**

1705. 1857 తిరుగుబాటుకు ప్రధాన కారణము ఏది?

జ. **సైనికుల అసంతృప్తి**

1706. కంపెనీ సైన్యము ఎన్ని విధములుగా ఉండేది?

జ. **రెండు విభాగములుగా ఉండేది**

1707. భారతీయ సైనికులను ఏమని పిలిచేవారు?

జ. **సిపాయిలు**

1708. కానింగ సిపాయిలకు చేసిన చట్టము?

జ. **సేవానియుక్త చట్టము**

1709. ఈ చట్టము దేనిని గురించి తెల్పుతున్నది?

జ. **సిపాయిలు విదేశాలకు వెళ్ళి యుద్ధము చేయవలసి ఉంటుంది**

1710. సిపాయిలలో వ్యాప్తి చెందిన వదంతులు?

జ. **తూటాలకు ఆవు క్రొవ్వు, పంది క్రొవ్వు పూసి యుంటాయని**

1711. సిపాయిల తిరుగుబాటుకు మరొక కారణము?

జ. **అయోధ్య నవాబు రాజ్యమును అక్రమంగా ఆంగ్లేయులు వశపరచుకొన్నారు**

1712. తిరుగుబాటులో ప్రధాన పాత్ర వహించినవారు ఎవరు?

జ. **సిపాయిలు**

1713. మొదటగా తిరుగుబాటు ఎక్కడ జరిగినవి?

జ. **క్రీ.శ. 1857 జనవరి 23 డమ్‌డమ్, బారక్‌పూర్‌లలో**

1714. ఆంగ్లేయ అధికారిని చంపినది ఎవరు?

జ. **మంగళ్ పాండే**

1715. మీరట్‌లో సిపాయిలు తిరుగుబాటు ఎందుకు చేసినారు?

జ. **సిపాయులు తూటాలు వాడుటకు నిరాకరించినందుకు శిక్షించారు**

1716. తిరుగుబాటు సిపాయిల ముఖ్య స్థావరం ఏది?

జ. **ఢిల్లీ**

1717. బ్రిటిష్‌వారికి సహాయపడిన చక్రవర్తి?

జ. **బహదూర్ షా**

1718. ఢిల్లీ ముట్టడిలో మరణించిన ఆంగ్లాధికారి?

జ. **జాన్ నికల్ సన్**

1719. బహదూర్ షాను దేశ బహిష్కరణ గావించి ఏ దేశమునకు పంపినారు?

జ. **బర్మా దేశమునకు పంపినారు**

1720. దేశములో అన్ని తిరుగుబాట్లకంటే ముఖ్యమైనది?

జ. **కాన్పూరు తిరుగుబాటు**

1721. రాజ్య సంక్రమణ సిద్ధాంతం కారణముగా పదవి కోల్పోయినది ఎవరు?

జ. **రెండో బాజీరావు దత్తపుత్రుడు నానాసాహెబ్**

1722. లక్నోలో ఎదుర్కొన్న ఆంగ్లేయ అధికారి ఎవరు?

జ. **కాంప్‌బెల్**

1723. నానాసాహెబ్‌కు సహాయం చేసినవారు ఎవరు?

జ. **ఘూర్ఖాలు**

1724. మహారాష్ట్రలో ఆంగ్లేయులపై తిరుగుబాటు చేసిన బ్రాహ్మణుడు ఎవరు?

జ. **తాంతియాతోపే**

1725. ఇతడు ఎవరితో కలిసి యుద్ధము చేసినాడు?

జ. **రాణి ఝాన్సీ లక్ష్మీబాయితో కలిసి**

1726. ఝాన్సీ లక్ష్మీబాయితో యుద్ధము చేసిన ఆంగ్లేయ అధికారి ఎవరు?

జ. **జనరల్ రోస్**

1727. తాంతియా ఆంగ్లేయులపై ఏ విధమైన యుద్ధాన్ని చేసినాడు?

జ. **గెరిల్లా పద్ధతిలో**

1728. తాంతియాతోపే రహస్య స్థావరాన్ని ఆంగ్లేయులకు తెల్పిన వ్యక్తి ఎవరు?

జ. **మాన్‌సింగ్**

1729. తాంతియాను ఎప్పుడు ఉరి తీసినారు?

జ. **క్రీ.శ. 1859 ఏప్రిల్ 19న**

1730. కమీషనర్ లారెన్సు ఏ తిరుగుబాటులో మరణించినాడు?

జ. **అయోధ్య తిరుగుబాటులో**

1731. ఆంగ్లేయులు తిరుగుబాటును ఎప్పుడు అణిచి వేసినారు?

జ. **1858 ఆగస్టు 7 నాటికి**

1732. విక్టోరియా కంపెనీ పాలనను ఎప్పుడు అంతమొందించినది?

జ. **1858 నవంబర్ 1 తేదీన**

1733. ఆంగ్లేయులకు తోడ్పడిన సంస్థానము లెవ్వి?

జ. **హైద్రాబాద్, గ్వాలియర్, నేపాల్ సంస్థానములు**

1734. తిరుగుబాటు ఫలితంగా ఏ విధమైన చర్యలు తీసుకొన్నారు?

జ. **ఫిరంగిదళము పూర్తిగా ఆంగ్లేయుల ఆధీనంలోనే ఉంచారు**

1735. బేరేల్లిలో తిరుగుబాటు నాయకుడు ఎవరు?

జ. **ఖాన్ బహదూర్‌ఖాన్**

1736. ఆంగ్లేయుల సైన్యములో చేర్చుకున్న జాతులు ఏవి?

జ. **పఠానులు, సిక్కులు, రాజపుత్రులు**

1737. సిపాయిలకు నిషేధించినది ఏమిటి?

జ. **జాతీయ పత్రికలు చదువకుండా నిషేధించినారు**

1738. సిపాయిల తిరుగుబాటు బెంగాల్‌లో ఎప్పుడు జరిగినది?

జ. **క్రీ.శ. 1764లో జరిగినది**

1739. నెల్లూరు తిరుగుబాటు ఏ సంవత్సరములో జరిగినది?

జ. **క్రీ.శ. 1806లో**

1740. బారక్‌పూర్‌లో జరిగిన సిపాయిల తిరుగుబాటు ఎవరిది?

జ. **47 దళమునకు చెందినది. 1824లో జరిగింది**

1741. భారతదేశములో కుటీర పరిశ్రమలు, కలంకారి నష్టపోవుటకు కారణం?

జ. **బ్రిటిష్ వారి స్వేచ్ఛా వాణిజ్య విధానము**

1742. నానాసాహెబ్ యొక్క సలహాదారుడు ఎవరు?

జ. **అజీముల్లాఖాన్**

1743. అయోధ్యలో సైనికులు ఎప్పుడు తిరుగుబాటు చేశారు?

జ. **క్రీ.శ. 1857 మే 31న**

1744. అయోధ్యలో ఆంగ్లేయుల సహాయార్థము నేపాల్ ఎవరిని పంపినది?

జ. **జాంగు బాహదార్ నాయకత్వాన సైన్యమును పంపినది**

1745. బ్రిటిష్ వారి కొరకు ప్రాణ త్యాగం చేసినవారు ఎవరు?

జ. **బిజేసింగ్**

1746. ఎవరిని రక్షించడము కొరకు ప్రాణ త్యాగము చేసినాడు?

జ. **మోబ్రేథామ్‌సన్ అనే ఆంగ్లాధికారికి రక్షణ ఇచ్చి**

1747. సిపాయిల తిరుగుబాటులో సిక్కులు ఎవరి పక్షం వహించినారు?

జ. **ఆంగ్లేయుల పక్షము**

1748. సిపాయిల తిరుగుబాటు సమయంలో మత కలహాలు సంభవించిన ప్రాంతములు

జ. **సగ్రా, పూదాన్, షాజహాన్‌పూర్, బెరిల్లి**

1749. రాజపుత్రులు తిరుగుబాటులో ఎందుకు పాల్గొనలేదు?

జ. **తిరిగి మహమ్మదీయ రాజ్యం వస్తుందని**

1750. ఆనాడు మహమ్మదీయులచే దోపిడి చేయబడిన దేవాలయాలు ఏవి?

జ. **హరిద్వార్, కానిఖల్**

1751. కాన్పూర్ సిపాయిల దళం అధిపతి ఎవరు?

జ. **'వీలర్'**

1752. అలహాబాద్ బ్రిటిష్ సైన్యాధికారి ఎవరు?

జ. **నైలు**

1753. కాంబెల్ ఎవరిని ఓడించి కాన్పూరును స్వాధీనపరచుకున్నాడు?

జ. **తాంతియాతోపెను ఓడించి**

1754. 1857 జనవరి 23న తిరుగుబాటు ఎక్కడ మొదలు అయినది?

జ. **డమ్‌డమ్‌లో**

1755. సిపాయిలు ఢిల్లీ ఎర్రకోటలోనికి ఎప్పుడు ప్రవేశించినాడు?

జ. **1857 మే 4వ తేదీన**

1756. సిపాయిల తిరుగుబాటు విఫలము అవడానికి గల కారణములు?

జ. **నమ్మకమైన నాయకుడు లేకపోవుట వలన**

1757. నానాసాహెబ్ యొక్క అసలు పేరు ఏమిటి?

జ. **ధాను పండిట్**

1758. అహమ్మదుల్లా ఎవరు?

జ. **మాజీ నవాబు బౌద్ధా సలహాదారుడు**

1759. అమర్‌సింగ్ ఎవరు?

జ. **కన్వర్‌సింగ్ యొక్క సహోదరుడు**

1760. ఫిరోజ్ షా ఎవరు?

జ. **మొఘల్ చక్రవర్తుల బంధువు**

1761. 1857 తిరుగుబాటులో పాల్గొన్న వర్గములు ఏవి?

జ. **పెట్టుబడిదార్లు, జమీందార్లు, అణచబడిన పాలకవర్గము**

1762. ఏ ఏ ప్రాంతములు, సంస్థానములు 1857 తిరుగుబాటులో పాల్గొనలేదు?

జ. **బెంగాలు, మద్రాసు, బొంబాయి, పంజాబు, రాజపుటాన్**

బ్రిటిష్‌వారి కాలములో మరికొన్ని తిరుగుబాటులు

1763. కట్టబొమ్మన తిరుగుబాటు ఎక్కడ జరిగినది?

జ. **తిరువల్లిలో**

1764. వీర పాండ్య కట్టబొమ్మన ఎవరి మీద తిరుగుబాటు జరిపినాడు?

జ. **బ్రిటిష్‌వారి మీద**

1765. వీరి మధ్య యుద్ధం ఏ సంవత్సరములో జరిగినది?

జ. **క్రీ.శ. 1792 నుండి 99 వరకు**

1766. పైకాసు తిరుగుబాటు ఎప్పుడు జరిగినది?

జ. **క్రీ.శ. 1804-06 వరకు**

1767. పైకా తిరుగుబాటుకు నాయకత్వము వహించినది ఎవరు?

జ. **కుద్రా మరియు జగాబంధు**

1768. బ్రిటిష్‌వారు ఒరిస్సాను ఏ సంవత్సరములో ఆక్రమించినారు?

జ. **క్రీ.శ. 1803లో**

1769. వేలు తంబి తిరుగుబాటు ఎప్పుడు జరిగినది?

జ. **క్రీ.శ. 1808-09 వరకు**

1770. వేలు తంబి ఏ సంస్థానానికి దివాన్‌గా ఉండేవాడు?

జ. **ట్రావన్‌కూర్**

1771. రావు బ్రహ్మ తిరుగుబాటు ఎప్పుడు జరిగింది?

జ. **క్రీ.శ. 1816-19 వరకు**

1772. రావు బ్రహ్మకు చెందిన ఏ ప్రాంతములు బ్రిటిష్ వశము అయినవి?

జ. **కచ్ఛ్ మరియు కథివార్**

1773. రామోసిస్ తిరుగుబాటు ఎక్కడ జరిగింది?

జ. **పూనాలో 1822లో**

1774. రామోసిస్ నాయకుడు ఎవరు?

జ. **చిట్టార్‌సంగ్**

1775. వీరి యొక్క మరియొక నాయకుడు?

జ. **'ఉమజి'**

1776. కిట్టూరు తిరుగుబాటు ఎప్పుడు జరిగింది?

జ. **క్రీ.శ. 1824-29 వరకు**

1777. వీరి నాయకులు ఎవరు?

జ. **చెన్ననమ్మ మరియు రాయప్ప**

1778. చెన్ననమ్మ చంపించిన దార్‌వార్ కలెక్టర్ ఎవరు?

జ. **థాకరే**

1779. సంబల్‌పూర్ తిరుగుబాటు ఎప్పుడు జరిగింది?

జ. **క్రీ.శ. 1824-40 వరకు**

1780. సంబల్‌పూర్ తిరుగుబాటు నాయకుడు?

జ. **సురేంద్ర సాయి**

1781. సత్తారా గొడవలు ఎప్పుడు జరిగినవి?

జ. **క్రీ.శ. 1840- 41 వరకు**

1782. సత్తారా తిరుగుబాటు నాయకులు ఎవరు?

జ. **ధారరావు పవర్, నరసింగ్ దత్తాత్రేయ పట్టేకర్**

1783. సత్తారా ప్రాంతము ఎచ్చట గలదు?

జ. **మహారాష్ట్రలో**

1784. బుంద్వేల్ తిరుగుబాటు ఎప్పుడు జరిగినది?

జ. **క్రీ.శ. 1842లో**

1785. బుంద్వేల్ తిరుగుబాటు నాయకులు ఎవరు?

జ. **మదుకర్ షా మరియు జవారీసింగ్**

1786. బుంద్వేల తిరుగుబాటు ఎందుకు ప్రారంభమైనది?

జ. **పోలీసు అధికారులను చంపి బ్రిటిష్‌వారి పాలనను అస్తవ్యస్తం చేసిరి**

1787. గాడ్‌ఖరి తిరుగుబాటు ఎప్పుడు జరిగింది.

జ. **క్రీ.శ. 1844-45 వరకు**

1788. వీరి తిరుగుబాటు ఏ ప్రాంతములో జరిగినది?

జ. **కొల్హాపూరులో**

1789. శతవంధి తిరుగుబాటు ఎప్పుడు జరిగినది?

జ. **క్రీ.శ. 1839-45 వరకు**

1790. శతవంధి తిరుగుబాటు నాయకులు ఎవరు?

జ. **ఫోండా సావంత్, అన్నాసాహెబు**

1791. రావుజీ తిరుగుబాటు ఎప్పుడు, ఎక్కడ జరిగింది?

జ. **విశాఖపట్టణం, క్రీ.శ. 1827-33 వరకు**

1792. రావుజీ నాయకుడు ఎవరు?

జ. **వీరభద్రరావుజీ**

1793. పాలకొండ తిరుగుబాటు ఎప్పుడు జరిగింది?

జ. **క్రీ.శ. 1931 - 32 వరకు**

1794. పాలకొండ తిరుగుబాటు ఎందుకు జరిగింది?

జ. **జమీందారు బ్రిటిష్‌వారికి శిస్తు నిరాకరించినాడు**

1795. గుమ్‌సూర్ తిరుగుబాటు నాయకుడు ఎవరు?

జ. **ధనుంజేయ భాజి**

1796. గుమ్‌నూర్ తిరుగుబాటు జరిగినప్పుడు బ్రిటిష్ కమీషనర్?

జ. **కూస్లి**

1797. పరికిమిడి తిరుగుబాటు ఎప్పుడు జరిగినది?

జ. **క్రీ.శ. 1829 - 35 వరకు**

1798. పరికిమిడి నాయకుడు ఎవరు?

జ. **జగన్నాథ గజపతి నారాయణరావు**

1799. ఫాజరిస్‌ల నాయకుడు ఎవరు?

జ. **సహరతుల్లా, మహ్మదు మున్షే**

1800. సహరతుల్లా ఎక్కడ నుండి ఉద్యమము ప్రారంభించినారు?

జ. **ఫరాద్‌పూర్**

1801. ఈ ఉద్యమము ఏ విధమైనది?

జ. **మత సంబంధమైనది**

1802. ఈ ఉద్యమమును ఏ విధముగా వర్ణించవచ్చు?

జ. **ముస్లిమ్‌లు బ్రిటిష్‌వారి పైనను, జమీందార్ల పైనను జరిపిన ఉద్యమము**

1803. ఫాజరిస్ ఉద్యమము ఎప్పుడు ప్రారంభమైనది?

జ. **క్రీ.శ. 1804 - 06 వరకు జరిగినది**

1804. వహాబీ ఉద్యమము ఎప్పుడు జరిగింది?

జ. **క్రీ.శ. 1820 - 70 వరకు**

1805. వహాబీ ఉద్యమము యొక్క నాయకుడు ఎవరు?

జ. **సయ్యద్ అహమ్మద్**

1806. పగల్ పంతిస్ యుద్యమము ఎప్పుడు జరిగినది?

జ. **క్రీ.శ. 1825 - 33 వరకు**

1807. పగల్ పంతిస్ నాయకులు ఎవరు?

జ. **కరమ్ షా మరియు టిప్పు**

1808. కరమ్‌షా కుమారుడు ఎవరు?

జ. **టిప్పు**

1809. కరమ్‌షా ఉద్యమము ఎటువంటిది?

జ. **మతపరమైనది**

1810. ఈ ఉద్యమము టిప్పు కాలము ఏ విధముగా మారినది?

జ. **రాజకీయపరమైనదిగా**

1811. పగల్ పంతిస్ ఉద్యమము ఎవరికి వ్యతిరేకంగా జరిగినది?

జ. **జమీందార్లకు, బ్రిటిష్ వారికి**

1812. వీరి పట్టణము ఏది?

జ. **షేర్ పూర్ (బెంగాల్)**

1813. కూకా ఉద్యమము ఎప్పుడు జరిగినది?

జ. **క్రీ.శ. 1845 - 72 వరకు**

1814. కూకా ఉద్యమము ఏ ప్రాంతములో జరిగినది?

జ. **పంజాబు ప్రాంతములో**

1815. వీరి నాయకుడు ఎవరు?

జ. **భగత్‌మాల్**

1816. భగత్‌మాల్ ఉద్యమము ఎందుకు చేసినారు?

జ. **సిక్కుల ఆదరణ తగ్గుతున్నది అన్న భావనతో**

1817. భగత్ జవార్‌మాల్ ఏ విధమైన పేరుతో ప్రసిద్ధి చెందినాడు?

జ. **సైన్ సాహిద్ పేరుతో**

1818. భగత్ తరువాత కూకి నాయకుడు ఎవరు?

జ. **బల్కాసింగ్**

1819. రామ్‌సింగ్ ఎక్కువగా కూకి సైన్యంలో ఎవరిని చేర్చుకొన్నాడు?

జ. **జాట్‌లను**

1820. కూకిలు గుర్తించిన సిక్కు గురువు ఎవరు?

జ. **గురు గోవింద సింగ్**

1821. చూరస్‌ల తిరుగుబాటు ఎప్పుడు ప్రారంభమైనది?

జ. **క్రీ.శ. 1768 నుండి 1832 వరకు**

1822. చూరస్‌లు ఎవరు?

జ. **ఆటవిక తెగలవారు**

1823. చూరస్‌లు తిరుగుబాటు చేసిన ప్రాంతములు ఏవి?

జ. **నాభూమ్, భారాభూమ్**

1824. బిల్లూల ఉద్యమము ఎప్పుడు ప్రారంభమైనది?

జ. **క్రీ.శ. 1818 - 48 వరకు**

1825. బిల్లూలు బ్రిటిష్ వారితో ఎందుకు తిరుగుబాటు చేసినారు?

జ. **ఖాందేష్‌ను బ్రిటిష్‌వారు ఆక్రమించడముతో**

1826. ఖాండేష్‌ను బ్రిటిష్‌వారు ఎప్పుడు ఆక్రమించినారు?

జ. **క్రీ.శ. 1818లో**

1827. 'హోస్'ల తిరుగుబాటు ఎప్పుడు జరిగినది?

జ. **క్రీ.శ. 1820, 22, 32 లలో**

1828. హోస్‌ల తిరుగుబాటు ప్రాంతాలు ఏవి?

జ. **సింగ్‌భమ్, ఛోటా నాగపూర్**

1829. కొల్లిల తిరుగుబాటు ఎప్పుడు జరిగినది?

జ. **క్రీ.శ. 1824 నుండి ప్రారంభమైనది**

1830. ఎక్కడ నుండి ప్రారంభమైనది?

జ. **సహ్యాద్రి పర్వాతాలలో**

1831. 'ఖాసిస్' తిరుగుబాటు ఎప్పుడు మొదలు అయినది?

జ. **క్రీ.శ. 1829 - 32 వరకు**

1832. 'ఖాసిస్'ల నాయకులు ఎవరు?

జ. **టిరుటిసింగ్, బార్‌మణిక్**

1833. వీరు ఎక్కువగా ఏ ప్రాంతములో ఉంటారు?

జ. **అస్సాం, మేఘాలయ ప్రాంతములో**

1834. 'సింగ్‌పాష్' తిరుగుబాటు ఎక్కడ జరిగింది?

జ. **అస్సాంలో 1830 నుండి ప్రారంభమైనది**

1835. బ్రిటిష్ రాజకీయ అస్సాం ఏజెంట్ ఎవరు?

జ. **కర్నల్ వైట్**

1836. 'కోలా' నాయకుడు ఎవరు?

జ. **బుద్ధో భగత్**

1837. కోల్ యొక్క ప్రాంతము ఏది?

జ. **ఛోటా నాగపూర్**

1838. కోల్ యొక్క తిరుగుబాటు ఎప్పుడు ప్రారంభించింది?

జ. **క్రీ.శ. 1831 - 32 వరకు**

1839. రంప విప్లవము ఎప్పుడు జరిగినది?

జ. **క్రీ.శ. 1840 నుండి**

1840. రంప విప్లవములో పాల్గొన్నది ఎవరు?

జ. **అల్లూరి సీతారామరాజు - కోయదొరలతో కలసి**

1841. కొండల విప్లవము ఎప్పుడు జరిగినది?

జ. **క్రీ.శ. 1846 - 48 వరకు**

1842. కొండల నాయకుడు ఎవరు?

జ. **చక్ర బిస్య**

1843. కొండల ప్రాంతము ఏది?

జ. **ఒరిస్సా**

1844. సంతాల్‌ల తిరుగుబాటు ఎప్పుడు జరిగినది?

జ. **క్రీ.శ. 1855 - 56 వరకు**

1845. సంతాల్‌ల నాయకులు ఎవరు?

జ. **సింధూ మరియు కన్ను**

1846. సంతాల్‌లు ఏ ప్రాంతానికి చెందినవారు?

జ. **రాజమల కొండలకు చెందినవారు (బీహారు)**

1847. నాయక్‌దాస్ ఎక్కడివారు?

జ. **పంచమహల్ గుజరాత్‌కు చెందినవారు**

1848. నాయక్ దాస్‌ల నాయకులు ఎవరు?

జ. **రూప్‌సింగ్, జోరిసింగ్**

1849. నాగలు ఎవరి ఆధ్వర్యములో తిరుగుబాటు చేసినారు?

జ. **సామబహవా 1882లో**

1850. ముండాస్ నాయకుడు ఎవరు?

జ. **బిర్సా ముండా**

1851. ముండాస్‌ల ప్రాంతము ఏది?

జ. **ఛోటా నాగపూర్**

1852. క్రొత్త మతమును కనుగొన్నది ఎవరు?

జ. **బిర్సా**

1853. బిల్లుల ప్రాంతము ఏది?

జ. **భన్‌వార్, దుంగపూర్ (రాజస్థాన్‌లో కలవు)**

1854. బిల్లుల నాయకుడు ఎవరు?

జ. **గోవింద గురు**

1855. తోడా మరియు కూకిల తిరుగుబాటు ఎక్కడ జరిగింది?

జ. **మణిపూర్‌లో**

1856. తోడా మరియు కూడికల నాయకలు ఎవరు?

జ. **జోడోనాగ్ అతని మేనకోడలు రాణి**

1857. వీరి తిరుగుబాటు చేసిన కాలము ఏది?

జ. **క్రీ.శ. 1917 – 19 వరకు**

1858. చెంచుల తిరుగుబాటు ఎక్కడ జరిగింది?

జ. **నల్లమల కొండలలో**

1859. ఏ తెగల తిరుగుబాటును క్రైస్తవ సంస్థలపై చూపినారు?

జ. **ముండాలా తిరుగుబాటు**

1860. ఏ తిరుగుబాటుదార్లు బ్రిటిష్‌వారికి వ్యతిరేకంగా ప్రాణాలు అర్పించారు?

జ. **'కొండాస్'**

1861. పోర్టు విలియంనకు మొదటి గవర్నర్ జనరల్ ఎవరు?

జ. **వారన్ హేస్టింగ్స్**

1862. మొదటి సుప్రీమ్‌కోర్టు న్యాయాధిపతి ఎవరు?

జ. **ఇంపై**

1863. 1875లో చేసిన తిరుగుబాటు ఏమిటి?

జ. **దక్కన్ రైతు తిరుగుబాటు**

1864. కరువు పరిస్థితులపై ఆంగ్లేయులు నియమించిన కమిటీ ఏది?

జ. **1878 ఫేమిన్ కమీషన్**

1865. భాషా పత్రికల చట్టము ఎప్పుడు చేయబడినది?

జ. **క్రీ.శ. 1878లో**

1866. లిట్టన్ వైస్రాయిగా ఉండగా చేయబడిన చట్టము ఏది?

జ. **క్రీ.శ. 1879లో చేసిన ఆయుధ చట్టము, పత్రికా చట్టము**

1867. ఇల్బర్ట్ బిల్లు ముఖ్య ఉద్దేశము ఏమిటి?

జ. **భారతీయులు, ఐరోపావారి మధ్య ఎలాంటి వ్యత్యాసం లేదు అని**

1868. ఇల్బర్ట్ బిల్లు రూపొందించినవారు ఎవరు?

జ. **లార్డ్ రిప్పన్**

1869. ఈ బిల్లును వ్యతిరేకంగా ఆందోళన ఎవరు చేసిరి?

జ. **ఇంగ్లీషువారు**

1870. 1877లో సివిల్ సర్వీసుకి వయః పరిమితి ఎంతకి తగ్గించారు?

జ. **21 సంవత్సరాల నుంచి 19 సంవత్సరాలకు తగ్గించారు**

1871. దీనికి వ్యతిరేకంగా ఆందోళన ఎవరు లేవదీశారు?

జ. **సురేంద్రనాథ్ బెనర్జీ**

1872. బెంగాలులో అతి చురుకుగా పనిచేసిన సంఘాలు ఏవి?

జ. **విప్లవ సంఘాలు**

1873. ఏ గ్రంథములో జాతీయ విముక్తి లక్ష్యం స్పష్టంగా ప్రకటించబడినది?

జ. **'స్వప్నంలో సాధించిన భారతీయ చరిత్ర'**

1874. ఏ బెంగాలీ నాటకము ప్రాముఖ్యత పొందినది?

జ. **నీల్ దర్పన్**

1875. 'నీల్ దర్పన్' నాటకము ఎవరి గురించి వివరించబడినది?

జ. **నీలిమందు తోటలలో కార్మికుల అవస్థలు**

1876. దేశంలో తీవ్రమైన తిరుగుబాటు రాబోతున్నదని గ్రహించినది ఎవరు?

జ. **"A.O. హ్యూమ్"**

1877. భారత జాతీయ కాంగ్రెస్ ఏర్పడక ముందు స్థాపించబడిన సంఘము ఏది?

జ. **ఇండియన్ అసోసియేషన్**

1878. ఇండియన్ అసోసియేషన స్థాపించినవారు ఎవరు?

జ. **S.S. బెనర్జీ**

1879. బొంబాయిలో స్థాపించిన సంస్థ ఏది?

జ. **బొంబాయి అసోసియేషన్**

1880. ఈ సంస్థ ఎవరిచే స్థాపించబడినది?

జ. **దాదాబాయ్ నౌరోజీ జగన్నాథ్ శంకర్ సేట్**

1881. పూనాలో స్థాపించబడిన సంస్థ ఏది?

జ. **సర్వజనిక్ సభ**

1882. దీని స్థాపకులెవ్వరు?

జ. **బిప్లుంకర్**

1883. భారత జాతీయ కాంగ్రెసును స్థాపించినది ఎవరు?

జ. **A.O. హ్యూమ్**

1884. కాంగ్రెసు ఎప్పుడు స్థాపించబడినది?

జ. **1885లో**

1885. దీని ప్రథమ సమావేశము ఎక్కడ జరిగినది?

జ. **బొంబాయిలో**

1886. కాంగ్రెసు ప్రథమ సభ అధ్యక్షుడు ఎవరు?

జ. **W.C. బెనర్జి**

1887. భారత కాంగ్రెసు సభలలో పాల్గొన్న బెంగాలీలు ఎవరు?

జ. **W.C. బెనర్జి, ఆనంద్‌మోహన్, బోస్, లాలామోహన్‌ఘోష్, ఎ.సి. ముజుందారు**

1888. బొంబాయినుంచి పాల్గొన్న ప్రముఖలెవ్వరు?

జ. **నౌరోజీ, మెహతా, త్యాబ్జి, ఆగార్కర్, పెలాంగ, రనడే, గోపాలకృష్ణ గోఖలే, చందావర్కార్**

1889. మద్రాసునుండి పాల్గొన్న వారు ఎవరు?

జ. **పి.ఆర్. నాయుడు, సుబ్రహ్మణ్యం అయ్యర్, ఆనందాచార్యులు, వీరరాఘవ కేశవపిళ్ళే, మలవ్యా, థారు**

1890. కాంగ్రెసు కార్యకలాపాలలో పాల్గొన్న ఆంగ్లేయులు ఎవరు?

జ. **హ్యూమ్, వెడర్‌బరన్, హెన్రికాటన్**

1891. కాంగ్రెసు తరపున హ్యూమ్ ఎవరికి ధన్యవాదాలు తెల్పినాడు?

జ. **'విక్టోరియా' రాణికి**

1892. కాంగ్రెసు 1885-1905 మధ్యలో ఎటువంటి పోరాటాన్ని జరిపింది?

జ. **కేవలం పరిపాలనా సంస్కరణల కొరకు**

1893. ఇండియన్ కౌన్సిల్ రద్దు ఎప్పుడు జరిగినది?

జ. **1885లో**

1894. ఆయుధ చట్టము, నిబంధనలు సవరణ ఎప్పుడు జరిగినది?

జ. **క్రీ.శ. 1886లో**

1895. జాతీయ ప్రెస్ చట్టము ఎప్పుడు వచ్చింది?

జ. **1910లో**

1896. 1908లో చేసిన చట్టము ఏది?

జ. **వార్తాపత్రిక చట్టము**

1897. ఈ రెండు చట్టములను ఏ ఏ చట్టాల ద్వారా సడలించారు?

జ. **1922 ప్రెస్ లా రిపీల్**

1898. భారత్‌లో పత్రికా స్వాతంత్ర్యం కొరకు పోరాటం చేసినది ఎవరు?

జ. **మిస్ సోఫియా కాలెట్**

1899. ఏ సంవత్సరములో వార్తలపై సెన్సారు రద్దు చేసినారు?

జ. **1818 సం॥లో**

1900. బొంబే సమాచార్ ఎప్పుడు ప్రారంభించారు?

జ. 1822లో

1901. పత్రికలపై నిరంకుశ చర్చలు తీసుకొన్న తాత్కాలిక గవర్నరు ఎవరు?

జ. జనరల్ ఆదమ్ 1823లో

1902. 1878లో ప్రవేశపెట్టిన చట్టము ఏది?

జ. భాషా పత్రికలపై నిర్బంధ చట్టం

1903. భాషా పత్రికలపై నిర్బంధ చట్టాన్ని రద్దు చేసినది ఎవరు?

జ. లార్డు రిప్పన్ 1882లో

1904. 1910లో లార్డ్ రిప్పన్ ప్రవేశపెట్టిన ఆక్టు ఏమిటి?

జ. ఇండియన్ ప్రెస్ ఆక్ట్

1905. ఆనాడు భారతదేశములో ఉన్న ముఖ్యమైన వార్తా సంస్థలు ఏవి?

జ. రాయిటర్సు అసోసయేటెడ్ ప్రెస్, ది ఫ్రీ ప్రెస్, న్యూ సర్వీసెస్, భారత్‌ప్రెస్

1906. 1931లో చేయబడిన చట్టం ఏది?

జ. ఇండియన్ ప్రెస్ ఎమర్జెన్సీ చట్టం

1907. 1932లో జరిగిన ప్రెస్ చట్టం ఏది?

జ. క్రిమినల్ లా సవరణ చట్టం

1908. పత్రికా స్వేచ్ఛ కల్గియుండాలి అని భావించిన వారు ఎవరు?

జ. హేస్టింగ్స్, మెట్‌కాఫ్, మెకాలే, రిప్పన్

1909. వెట్టిచాకిరీ రద్దు చట్టం ఎప్పుడు చేసినారు?

జ. 1893లో చేయబడినది

1910. రహస్య పత్రిక సంఘములు ఎప్పుడు నెలకొల్పినారు?

జ. 1899లో

1911. 1889లో జరిగిన సంస్కరణ ఏది?

జ. భూమిశిస్తు విధానం

1912. 1941 నాటి దేశములో ఎన్నివేల పత్రికలు ముద్రణ అయినవి?

జ. 17 భాషలలో, 4 వేల పత్రికలు

1913. దేశములో కుల వ్యత్యాసాల చట్టము ఎప్పుడు చేయబడినది?

జ. 1850లో

1914. ప్రత్యేక వివాహముల చట్టం ఎప్పుడు చేయబడినవి?

జ. 1872లో, 1923లో

1915. కుల వ్యవస్థను నిస్పష్టముగా ఖండించిన వారు ఎవరు?

జ. **కేశవచంద్రసేన్, రాజా రామ్‌మోహనరాయ్**

1916. కుల వ్యవస్థను ఖండించిన సంఘము లేది?

జ. **బ్రహ్మ సమాజము, ప్రార్థనా సమాజాము**

1917. ఉపకులాలను రద్దుచేసి కులాన్ని సంస్కరించాలన్నది ఎవరు?

జ. **ఆర్యసమాజ్**

1918. సత్యశోధక సమాజ్ ఎప్పుడు స్థాపించబడినది?

జ. **1893లో**

1919. బ్రాహ్మణేతర వర్గాలు అవమానకరమైన వ్యత్యాసాలపై దాడి చేస్తూ బయలుదేరిన ఉద్యమము ఏది?

జ. **ఆత్మగౌరవ ఉద్యమము**

1920. అస్పృశ్యులు సాంఘిక హక్కు సాధించడానికి జరిగిన పోరాటములో ముఖ్యమైనది

జ. **మహద్ సత్యాగ్రహము**

1921. మహద్ సత్యాగ్రహము ఎవరు చేసినారు?

జ. **డా॥ బి.ఆర్. అంబేద్కర్**

1922. అఖిల భారత హరిజన సేవక్ సంఘ్‌ను ఎవరు స్థాపించినారు?

జ. **గాంధీజీ 1932 సం॥లో**

1923. ఏ సంస్థానాధీశులు హరిజనులకు ఆలయ ప్రవేశ హక్కు కల్పించారు?

జ. **తరువన్కూరు, ఇండోర్, జౌండ్, దేవాన్**

1924. భారత ప్రజానీకములో ప్రప్రథమంగా కలిగిన జాతీయ చైతన్యం ఏ ఏ విధంగా మారింది?

జ. **ప్రధానంగా మత రూపం దాల్చింది**

1925. భారత జాతీయవాదానికి పితామహుడు ఎవరు?

జ. **రాజా రామమోహనరాయ్**

1926. అతనిపై ప్రభావాన్ని కనబరచిన సిద్ధాంతము ఏది?

జ. **హేతువాద సిద్ధాంతము**

1927. ఇతడు ప్రభోదించిన సిద్ధాంతము ఏది?

జ. **అన్ని మతాల జాతికి భగవంతుడు ఒక్కడే**

1928. రాజా రామమోహనరాయ్ స్థాపించినది?

జ. **ఆత్మీయసభ**

1929. ఆత్మీయ సభను ఎప్పుడు స్థాపించినారు?

జ. **క్రీ.శ. 1815లో**

1930. క్రీ.శ. 1828లో ఆత్మీయ సభకు మరొక నామము ఏమిటి?

జ. **బ్రహ్మ సమాజము**

1931. రాజా రామమోహనరాయ్ స్థాపించిన కళాశాల?

జ. **వేదాంత కళాశాల**

1932. తన అభిప్రాయాలను ఏ పత్రిక ద్వారా తెల్పినాడు?

జ. **సంవాద కౌముది**

1933. రాజా రామమోహనరాయ్‌కు బిరుదునిచ్చిన వారు ఎవరు?

జ. **రెండో అక్బరు పాదుషా 'రాజా' అని బిరుదు ఇచ్చినాడు**

1934. బ్రహ్మ సమాజోద్యమంలో సహాయం చేసినవారు ఎవరు?

జ. **మహర్షి దేవేంద్రనాథ ఠాకూరు**

1935. క్రీ.వ. 1839లో స్థాపించిన సభ?

జ. **తత్వబోధిని**

1936. బ్రహ్మ సమాజాము వారికి ప్రమాణ గ్రంథము ఏది?

జ. **బ్రహ్మధర్మము**

1937. బ్రహ్మధర్మము రచించినది ఎవరు?

జ. **దేవేంద్రనాథ ఠాకూరు**

1938. ఇతడు ఎక్కువగా దేనికి ప్రాముఖ్యమిచ్చినాడు?

జ. **జ్ఞాన సంపాదనకు, ప్రార్థనకు**

1939. బ్రహ్మ సమాజాములో చీలికలు ఎన్ని?

జ. **రెండు**

1940. కేశవచంద్రసేనుని సమాజమునకు ఏమని పేరు?

జ. **భారత వర్షీయ బ్రహ్మసమాజాము**

1941. స్వదేశస్థుల వివాహ చట్టము అమలులోనికి తెచ్చినవారు ఎవరు?

జ. **కేశవచంద్రసేనుడు 1872 సం॥లో**

1942. బాలికల వివాహ వయస్సు ఎన్ని సంవత్సరాలుగా నిర్ధారించారు?

జ. **14 సం॥లకు**

1943. భారత వర్షీయ బ్రహ్మ సమాజాములోని మరొక శాఖ ఏమిటి?

జ. **సమాజము**

1944. 'సమాజము' యొక్క నాయకుడు ఎవరు?

జ.   ఆనందమోహన్ బోస్

1945. దక్షిణ భారతదేశములో ప్రథమంగా బ్రహ్మసమాజ ప్రచారాన్ని చేసినవారు?

జ.   కేశవచంద్రసేన్

1946. ఇతడు ఎక్కడ ఉపన్యాసం చేసినాడు?

జ.   క్రీ.శ. 1864 మద్రాసులో

1947. మద్రాసులో వేద సమాజము నెలకొల్పినవారు ఎవరు?

జ.   రాజగోపాలాచార్యులు, సుబ్బరాయలు శెట్టి

1948. దక్షిణ భారతదేశములో నెలకొల్పడానికి ఎవరు కృషి చేసారు?

జ.   శ్రీధరులనాయుడు 1871లో స్థాపించినారు

1949. ఆంధ్ర బ్రహ్మ సమాజానికి ప్రధాన కేంద్రము?

జ.   కాకినాడ

1950. ఆంధ్రలో బ్రహ్మ సమాజానికి ముఖ్యమైన వ్యక్తి?

జ.   రఘుపతి వెంకటరత్నం నాయుడు

1951. బ్రహ్మ సమాజంవారు ఇచ్చిన బిరుదు?

జ.   బ్రహ్మర్షి

1952. రెండు వితంతు వివాహములు ఎప్పుడు జరిగినవి?

జ.   క్రీ.శ. 1881లో

1953. వీరేశలింగం పంతులు స్థాపించిన మాసపత్రిక?

జ.   వివేకవర్ధిని

1954. వీరేశలింగం పంతులుకు బ్రిటిషువారు ఇచ్చిన బిరుదు?

జ.   రావ్ బహదూర్ క్రీ.శ. 1893లో ఇచ్చినారు

1955. ఆర్య సమాజమును స్థాపించింది ఎవరు?

జ.   స్వామి దయానంద సరస్వతి

1956. ఆర్య సమాజము ముఖ్యమైన పని ఏమిటి?

జ.   తిరిగి హిందూమతములోనికి చేర్చుకోవడానికి

1957. దయానంద ఎప్పుడు జన్మించినాడు?

జ.   క్రీ.శ. 1824లో

1958. క్రీ.శ. 1860లో ఎవరి వద్ద జ్ఞానోదయం పొందినాడు?

జ.   విరజానందస్వామి

1959. ఆర్య సమాజమును ఎక్కడ స్థాపించినాడు?

జ. **బొంబాయిలో క్రీ.శ. 1875లో**

1960. ఆర్యుల ప్రమాణ గ్రంథము?

జ. **సత్యార్ధ ప్రణాళిక**

1961. ఆర్య సమాజములో ముఖ్యులు ఎవరు?

జ. **స్వామి శ్రద్ధానంద, లాలా లజపతిరాయ్**

1962. దయానంద ఆంగ్లో వైదిక కళాశాల ఎప్పుడు స్థాపించినాడు?

జ. **1886లో**

1963. రామకృష్ణ పరమహంస ముఖ్య శిష్యుడు ఎవరు?

జ. **స్వామి వివేకానందుడు**

1964. వివేకానందుని అసలు పేరు?

జ. **నరేంద్రనాథ్ దత్**

1965. ఇతడు ఎక్కడ జన్మించాడు?

జ. **క్రీ.శ. 1863లో కలకత్తా నగరములో**

1966. వివేకానందుడు ఎక్కడ మతము గురించి ప్రసంగించినాడు?

జ. **చికాగోలో**

1967. రామకృష్ణ మతము ముఖ్యమైన ప్రణాళిక?

జ. **పాశ్చాత్య నాగరికత నుండి బయటకు తీసుకొనిరావడం**

1968. భారత ధర్మమండల్ సొసైటీ ఎప్పుడు ప్రారంభమైనది?

జ. **క్రీ.శ. 1902లో**

1969. 1890లో 'తియాన్' అనే ఉద్యమాన్ని వ్యాప్తి చేసినవారు ఎవరు?

జ. **శ్రీనారయణ్**

1970. దివ్యజ్ఞాన సమాజమును ప్రవేశపెట్టినవారు ఎవరు?

జ. **మదామ్ బ్లావీటి, హెన్రిస్టిల్**

1971. ఈ సమాజము ఎప్పుడు స్థాపించబడినది?

జ. **క్రీ.శ. 1878లో**

1972. దివ్యజ్ఞానంలో ప్రముఖ పాత్ర వహించినవారు ఎవరు?

జ. **మిసెస్ అనిబీసెంట్**

1973. దివ్యజ్ఞాన సమాజము ఎప్పుడు స్థాపించబడినది?

జ. **క్రీ.శ. 1875లో**

1974. ప్రథమంగా ఎక్కడ స్థాపించినారు?

జ. అమెరికాలోని న్యూయార్క్‌లో స్థాపించబడింది

1975. భారతదేశములో దివ్యజ్ఞాన సమాజమునకు మరొక పేరు?

జ. థియోసాఫికల సొసైటి అని పేరు

1976. థియోస్ అనగా ఏమిటి?

జ. దైవము

1977. సోఫియా అనగా ఏమిటి?

జ. జ్ఞానము

1978. దివ్యజ్ఞాన సమాజము స్థాపించినవారు ఎవరు?

జ. Blavatsky మరియు Olcott

1979. సమాజ ముఖ్య కార్యాలయము న్యూయార్క్ నుంచి బొంబాయికి ఎప్పుడు మార్చారు?

జ. క్రీ.శ. 1879లో

1980. బొంబాయి నుంచి ఈ సమాజము ఎక్కడకు మార్చబడినది?

జ. మద్రాసుకు

1981. మద్రాసుకు ఎప్పుడు మార్చినారు?

జ. క్రీ.శ. 1882లో

1982. మద్రాసులో ఎక్కడ ఏర్పాటు చేసినారు?

జ. అడయారుకు మార్చడమైనది

1983. దియోసాఫికల్ సొసైటీలో అనిబీసెంట్ ఎప్పుడు ప్రవేశించినది?

జ. క్రీ.శ. 1889లో

1984. ఆమె భారతదేశము ఎప్పుడు వచ్చినది?

జ. క్రీ.శ. 1893లో

1985. కేంద్రీయ హిందూ విద్యాలయాన్ని స్థాపించినది ఎవరు?

జ. అనిబీసెంట్

1986. హిందూ విద్యాలయము ఎక్కడ స్థాపించినారు?

జ. బెనారస్‌లో

1987. దేవ్ సమాజమును స్థాపించినవారు ఎవరు?

జ. సత్యానంద అగ్నిహోత్రి

1988. దీనిని ఎప్పుడు స్థాపించారు?

జ. క్రీ.శ. 1887లో

1989. దేవ్ సమాజము యొక్క ముఖ్య కేంద్రము ఏది?

జ. **లాహోర్**

1990. మహమ్మదీయులలో మార్పు కొరకు ప్రయత్నించినవారు ఎవరు?

జ. **సర్ సయ్యద్ అహమ్మద్ ఖాన్**

1991. M.A.O. కాలేజిని ఎక్కడ స్థాపించినాడు?

జ. **ఆలీఘర్‌లో 1875 సం॥లో**

1992. ఆలీఘర్ మహమ్మదీయ విశ్వవిద్యాలయముగా ఎప్పుడు ఏర్పడినది?

జ. **1920 సం॥లో**

1993. అహమ్మద్‌ఖాన్ ముస్లిమ్‌లలో దేనిని వ్యతిరేకించినాడు?

జ. **పరాదా పద్ధతి**

1994. ఈయన స్థాపించిన ప్రతిక ఏది?

జ. **తహ్‌జిల్-యల్క్-అకలబ్**

1995. సయ్యద్ అహమ్మదు రచించిన గ్రంథము ఏది?

జ. The Loyal Mohammedans of India - **1860లో**

1996. ఇతడు నాయకత్వము వహించిన ఉద్యమం ఏది?

జ. **ఆలీఘుడ్ ఉద్యమము**

1997. అహ్మదీయ ఉద్యమం చేసినది ఎవరు?

జ. **మీర్జా గులామ్ అహ్మద్**

1998. ఈ ఉద్యమము ఎప్పుడు ప్రారంభించబడినది?

జ. **క్రీ.శ. 1889లో**

1999. భారత ముస్లింల చరిత్రలో ప్రముఖ పాత్ర వహించినది ఎవరు?

జ. **సర్ మహమ్మద్ ఇక్బాల్**

2000. ఇక్బాల్ బలపరచిన ఉద్యమం?

జ. **లిబరక్ ఉద్యమము**

2001. ఘోషాపై పోరాటానికి ఉద్యమం చేసినది ఎవరు?

జ. **త్యాబ్జి, బొంబాయిలో**

2002. పర్దాకు వ్యతిరేకంగా ఉత్తరప్రదేశ్‌లో ఉద్యమం చేసినది?

జ. **షేక్ అబ్దుల్ హలీల్ షరార్**

2003. సర్ సయ్యద్ బలపరచినది?

జ. **కమ్యూనల్ ఎలక్టోరేట్**

2004. క్రీ.శ. 1875లో భారతీయులు నడిపే పత్రికలు ఎన్ని కలవు?

జ. **475 పత్రికలు**

2005. కాంగ్రెసు మొదటగా ఎప్పుడు సమావేశము అయినది?

జ. **క్రీ.శ. 1885 డిశంబర్ 28న**

2006. ఆనాడు విప్లవ కార్యక్రమాలకు ప్రధాన కేంద్రాలు ఏవి?

జ. **బెంగాల్, పంజాబు, మహారాష్ట్ర**

2007. విప్లవవాదుల బయట దేశములోని కేంద్రములు?

జ. **లండన్, పారిస్, న్యూయార్క్**

2008. లండన్‌లో ఇండియన్ హోంరూల్ సొసైటీని స్థాపించినది ఎవరు?

జ. **శ్యాంజి కృష్ణవర్మ**

2009. ఏ సంవత్సరంలో స్థాపించినాడు?

జ. **1905 సం॥లో**

2010. హైగేట్ దగ్గర స్థాపించబడినది ఏది?

జ. **ఇండియా హౌస్‌ను**

2011. ఇండియా హౌస్‌ను స్థాపించినవారు ఎవరు?

జ. **కృష్ణవర్మ**

2012. భారతదేశంలో దొంగచాటుగా వచ్చిన కరపత్రాలు ఏవి?

జ. **'వందేమాతరం'**

2013. ఇండియా ఆఫీసు అధికారి ఎవరు?

జ. **కర్జన్ ఎల్లీ**

2014. కర్జన్ ఎల్లీని హత్య చేసినది ఎవరు?

జ. **ఇండియా హౌస్ సభ్యుడు డింగ్రా**

2015. ఏ సంవత్సరములో హత్య చేయబడినాడు?

జ. **క్రీ.శ. 1909లో**

2016. లండన్‌లో కృష్ణవర్మతో సన్నిహిత సంబంధాలు కల్గి యున్నది ఎవరికి?

జ. **వి.డి. సావర్కార్‌నకు**

2017. ఏ కేసులో జాక్సన్ హత్య గావించబడ్డాడు?

జ. **సావర్కార్ కేసులో**

2018. నాసిక్ కుట్ర కేసులో ఎవరికి మరణశిక్ష విధించబడినది?

జ. **కన్హెరి అనే విప్లవవాదికి**

2019. లార్డ్ మింట్‌పై హత్యా ప్రయత్నం ఏ సంవత్సరములో జరిగింది?

జ. **1909 సం॥లో**

2020. ఏ రిపోర్టు ప్రకారం అనుసిలన్ సమితి ఏర్పడింది?

జ. **రౌలట్ రిపోర్టు ప్రకారము**

2021. అనుసిలన్ సమితి ఎక్కడ స్థాపించినారు?

జ. **కలకత్తా మరియు ఢాకాలు**

2022. అరవిందుని ఎప్పుడు అరెస్టు చేసినారు?

జ. **1908లో**

2023. అరవిందుడు ఎక్కడ నివాసం ఏర్పరచుకున్నాడు?

జ. **పుదుచ్చేరి**

2024. పంజాబులో ఏర్పడిన విప్లవములు?

జ. **1907 సం॥లో**

2025. 1910లో పంజాబులో ఏర్పడిన విప్లవములు?

జ. **రాష్ బీహార్, అమీర చందు**

2026. ఘదర్ అనే వార్తా పత్రికను ఎవరు వెలువరించినాడు?

జ. **శాన్‌ఫ్రాన్సిస్కో నుండి వెలువరించారు**

2027. పంజాబు విప్లవకారులు ఏ సమాజానికి చెందినవారు?

జ. **ఆర్య సమాజ్‌కు**

2028. 1910లో పంజాబులో విప్లవ సంస్థను ఏర్పాటు చేసినది ఎవరు?

జ. **హర్‌దయాళ్**

2029. హర్‌దయాళ్ సహాయకులు ఎవరు?

జ. **రాష్‌బీహారీ, అమీర్ చందు**

2030. అమీర్‌చందుని ఏ కుట్రలో ఉరితీసినారు?

జ. **1911 లాహోర్ కేసులో**

2031. ఢిల్లీలో ఏ వైస్రాయి మీద హత్యా ప్రయత్నం జరిగింది?

జ. **లార్డు హర్డింగ్‌పై**

2032. హర్‌దయాళ్ తరువాత ఉద్యమ నాయకుడు ఎవరు?

జ. **రామచంద్ర**

2033. అమెరికాలోని భారతీయులు ఏ శాసనమునకు వ్యతిరేకంగా ఆందోళన చేసిరి?

జ. **ఇమిగ్రేషన్ శాసనము**

2034. ప్రభుత్వము దేశ రక్షణ చట్టము ఎప్పుడు చేసినది?

జ. **1915 సం॥లో**

2035. క్రీ.శ. 1886లో కాంగ్రెసు సమావేశము ఎక్కడ జరిగింది?

జ. **కలకత్తాలో జరిగింది**

2036. కలకత్తా సభలో ఎంతమంది ప్రతినిధులు వచ్చినారు?

జ. **406 మంది**

2037. వీరికి స్వాగతం పలికింది ఎవరు?

జ. **వైస్రాయి**

2038. ఇంగ్లాండులో దాదాబాయి స్థాపించిన సంఘము ఏది?

జ. **భారత సంస్కరణ సంఘము**

2039. దీనిని ఏ సంవత్సరములో స్థాపించినారు?

జ. **క్రీ.శ. 1885లో**

2040. ఒక రాయబారి సంఘమును ఎక్కడకు పంపినారు?

జ. **క్రీ.శ. 1890లో ఇంగ్లండునకు**

2041. దీనికి నాయకత్వము వహించినది ఎవరు?

జ. **సురేంద్రనాథ్ బెనర్జీ**

2042. క్రీ.శ. 1890లో కలకత్తా జాతీయ సభలో మాట్లాడిన వనిత ఎవరు?

జ. **కాదంబని గంగూలీ**

2043. వందేమాతరం ఉద్యమము ఎప్పుడు ప్రారంభమయినది?

జ. **క్రీ.శ. 1905 నుండి**

2044. బెంగాల్ విభజన ఎప్పుడు చేయబడినది?

జ. **క్రీ.శ. 1905 సం॥లో**

2045. బెంగాల్ విభజన చేసిన వైస్రాయి ఎవరు?

జ. **కర్జన్ ప్రభువు**

2046. అతివాదులలో ముఖ్యులు ఎవరు?

జ. **ఘోష్, తిలక్, రాయ్, పాల్**

2047. అతివాద కాంగ్రెసు లేవదీసిన ఉద్యమము?

జ. **వందేమాతర ఉద్యమము**

2048. అతివాదుల ముఖ్య లక్షణము ఏమిటి?

జ. **స్వరాజ్యము**

2049. ప్రాచీన భారతీయ సంస్కృతికి పునఃజ్జీవము కల్పించింది ఎవరు?

జ. **తిలక్**

2050. తిలక్ మహారాష్ట్రలో చేసిన ఉత్సవాలు ఏమిటి?

జ. **శివాజీ, గణపతి నవరాత్రులు**

2051. తిలక్ రాజకీయ గురువులు ఎవరు?

జ. **చిప్లుంకర్, ఆగార్కార్**

2052. తిలక్ స్థాపించిన వార్తాపత్రిక ఏది?

జ. **కేసరి**

2053. దీనిని ఎప్పుడు ప్రారంభించినాడు?

జ. **క్రీ.శ. 1880లో**

2054. కేసరి పత్రికలో ఏ అధికారిపై తీవ్రముగా విమర్శించాడు?

జ. **ఆరోగ్య శాఖాధికారి**

2055. టెర్రరిస్టులచే కాల్చి చంపబడినది ఎవరు?

జ. **ఆరోగ్యాధికారి రాండ లెప్టినెంట్ అమెర్స్**

2056. ఈ కేసులో ఎవరికి మరణశిక్ష విధించబడినది?

జ. **చాఫేకర్ సోదరులపై**

2057. తిలక్‌ను రాజద్రోహం నేరం క్రింద ఏ సంవత్సరములో ఖైదీగా వేసినారు?

జ. **1905 సం॥లో**

2058. ఆర్య సమాజము నా తల్లి, వైదిక ధర్మం నా తండ్రి అన్నది ఎవరు?

జ. **లాలాలజపతిరాయ్**

2059. స్వరాజ్యం నా జన్మహక్కు అన్నది ఎవరు?

జ. **బాలగంగాధర్ తిలక్**

2060. కాంగ్రెసులో చీలిక మొదట ఎప్పుడు వచ్చింది?

జ. **క్రీ.శ. 1907 సం॥లో**

2061. కాంగ్రెసు సభ 1907లో ఎక్కడ జరిగినది?

జ. **సూరత్**

2062. రాజద్రోహ సభా చట్టాన్ని ఎప్పుడు ఏర్పాటు చేసినారు?

జ. **క్రీ.శ. 1907లో**

2063. బెంగాలులో ప్రభుత్వము నిషేధించిన పత్రికలు?

జ. **వందేమాతరం, యుగాంతర్**

2064. తిలక్ రచించిన గ్రంథము?

జ. **గీతా రహస్యము**

2065. బెంగాల్ విభజన ఎప్పుడు రద్దు అయినది?

జ. **క్రీ.శ. 1911లో**

2066. మొదటి ప్రపంచ యుద్ధము ఎప్పుడు ప్రారంభమయినది?

జ. **క్రీ.శ. 1914లో**

2067. 1914లో తిలక్ విడుదల అయిన తరువాత ప్రారంభించిన ఉద్యమము ఏమిటి?

జ. **హోంరూల్ ఉద్యమము**

2068. కాంగ్రెసులో చీలిక ఎప్పుడు ఏకము అయినది?

జ. **లక్నో కాంగ్రెసులో 1916లో**

2069. 1916లో మరొక ముఖ్యమైన సంఘటన ఏది?

జ. **కాంగ్రెసు ముస్లింలీగ్ ఒప్పందము**

2070. ముస్లిములు తరపున ఎవరు నాయకత్వము వహించారు?

జ. **రాజా, ఉల్‌మక్, ఎరసూల్, జిన్నా**

2071. అనిబీసెంట్ నడుపుతున్న పత్రిక ఏది?

జ. **న్యూ ఇండియా**

2072. అనిబీసెంట్‌ను ఎప్పుడు అరెస్టు చేసినారు?

జ. **1917లో ఉదకమండలంలో**

2073. కాంగ్రెస్‌ను వదలి, లిబరల్స్ సమాఖ్యను స్థాపించినది ఎవరు?

జ. **1918లో లిబరల్స్**

2074. వందేమాతరంలో ముఖ్యులు ఎవరు?

జ. **బిపిన్ చంద్రపాల్**

2075. దుర్గా, కాశి, భవాని మొదలగుపేర్లతో ఉత్సవాలు ఎవరు చేసిరి?

జ. **బిపిన చంద్రపాల్**

2076. పాల్‌కు ముఖ్య శిష్యుడు ఎవరు?

జ. **హరి సర్వోత్తమరావు**

2077. వందమాతరం ఉద్యమంలో ఎవరు చేరడానికి ఇష్టపడటంలేదు?

జ. **నౌరోజీ, మెహతా, గోపాలకృష్ణ**

2078. సూరత్ సమావేశంలో ఎవరిని అధ్యక్షుడుగా ఉండవలెను అని పట్టుబట్టినారు?

జ. **రాస్ బీహారీ ఘోష్**

2079. కర్జన్ అధికారాన్ని ఖండించిన సంస్థానాధీశులు?

జ. **బరోడా రాజైన గయక్వాడ్**

2080. గయక్వాడు యొక్క ముఖ్య సహాయకారి ఎవరు?

జ. **రమేష్ చంద్రదత్తు**

2081. గయక్వాడ్‌ను ఇంగ్లాండు వెళ్ళకుండా అడ్డుపడిన వైస్రాయి ఎవరు?

జ. **కర్జన్**

2082. 1905లో కర్జన్ స్థాపించిన వ్యవసాయ పరిశోధనా కేంద్రము ఎక్కడ కలదు?

జ. **పూనాలో**

2083. గనుల శాఖను ఏర్పరచిని వైస్రాయి?

జ. **కర్జన్**

2084. ఏ విషయంలో కర్జన్ అత్యంత శ్రద్ధ వహించినాడు?

జ. **పురాతన వస్తువులపై**

2085. ఇతడు ఎవరి స్మారక చిహ్నంగా కట్టడాన్ని నిర్మించినాడు?

జ. **కలకత్తాలో విక్టోరియా మహారాణి**

2086. హిందీ ప్రాముఖ్యాన్ని గుర్తించిన వైస్రాయి ఎవరు?

జ. **లార్డుకర్జన్**

2087. కర్జన్ నియమించిన కమీషన్ ఏది?

జ. **థామస్ రాలి**

2088. వందేమాతరం ఉద్యమంలో ముఖ్యమైన సాధనము ఏది?

జ. **విదేశీ వస్తు బహిష్కరణ**

2089. వందేమాతరం ఉద్యమం యొక్క మరో గొప్ప లక్ష్యము ఏమిటి?

జ. **అహింసాత్మకమైన పద్ధతులలోనే ఉపయోగించుట**

2090. దేశాభిమానులలో ఎన్ని శాఖలు కలవు?

జ. **రెండు. అతివాదులు, మితవాదులు**

2091. అతివాదుల లక్ష్యము ఏమిటి?

జ. **సంపూర్ణ స్వరాజ్యము**

2092. మితవాదుల లక్ష్యము ఏది?

జ. **బ్రిటిష్ వారితోపాటు భారతీయులకు సమాన అవకాశములు కల్పించుట**

2093. బ్రిటిష్ వారిపై తిలక్, ఉపయోగించిన ఆయుధము?

జ. **మతము**

2094. తిలక్ మహారాష్ట్రలో జరిపిన ఉత్సవాలు?

జ. **మత పరమైన గణపతి నవరాత్రులు**

2095. తిలక్ తన ప్రసంగాన్ని ఏ భాషలో చేసేవాడు?

జ. **మరాఠీ భాషలో**

2096. పంజాబులో క్రైస్తవ మతాన్ని ప్రచారాన్ని ఎదుర్కొన్న వ్యక్తి ఎవరు?

జ. **లాల లజపతిరాయ్**

2097. ఘోషా, పాల్, బెంగాల్‌లో జరిపిన పూజలు ఏమిటి?

జ. **దుర్గ పూజలు ముఖ్యమైనవి**

2098. బెంగాల్ విభజనని ఎదుర్కొన్న వ్యక్తి ఎవరు?

జ. **రవీంద్రనాథ్ ఠాగూర్**

2099. అప్పటి తూర్పు బెంగాల్ – అస్సాం రాష్ట్రాల లెఫ్టినెంట్ గవర్నరు ఎవరు?

జ. **ఫ్లురు**

2100. తూర్పు బెంగాల్‌లో వందేమాతరం ఉద్యమానికి కేంద్రము ఏది?

జ. **బారిసాల్ నగరము**

2101. తూర్పు బెంగాల్ వందేమాతరం నాయకుడు ఎవరు?

జ. **అశ్వనీ కుమార్ దత్, బ్రహ్మ సమాజకుడు**

2102. 1910 మింటో వెళ్ళిపోగా వచ్చిన వైస్రాయి?

జ. **హర్డింజి**

2103. హర్డింజి ఎప్పుడు బెంగాల్ విభజనను రద్దు చేసినాడు?

జ. **1911లో**

2104. రాజధానిని కలకత్తా నుండి ఎక్కడకు మార్చినారు?

జ. **ఢిల్లీనకు**

2105. ఏ కాంగ్రెసు సమావేశములో అతివాదులు, మితవాదులకు బేధాభిప్రాయాలు కల్గినవి?

జ. **1906 లో కలకత్తా సమావేశములో**

2106. నాగపూర్‌లో జరుగవలసిన సమావేశము ఎక్కడకు మార్చినారు?

జ. **సూరత్**

2107. సూరత్‌ను సూచించిన నాయకుడు ఎవరు?

జ. **ఫిరోజ్ షా మెహతా**

2108. ఏ ఉద్యమం నుండి అతివాదులు దూరం చేయబడినారు?

జ. **వందేమాతరం ఉద్యమము నుండి**

2109. ఏ చట్టంలో మహమ్మదీయులకు ప్రత్యేక స్థానములు కల్పించబడినవి?

జ. **1909 సం॥లో**

2110. 1906 కలకత్తాలో సమావేశమైనప్పుడు దాని అధ్యక్షుడు ఎవరు?

జ. **దాదాబాయి నౌరోజీ**

2111. బెంగాల్‌లో అతివాద జాతీయోద్యమం దేనిమీద ఆధారపడి యున్నది?

జ. **మతధోరణిపై ఆధారపడి యున్నది**

2112. 1907లో మోతీలాల్ జాతీయోద్యమంలో చేరకపోవడానికి కారణము?

జ. **ఈ ఉద్యమము మత ధోరణిపై ఆధారపడుట వలన**

2113. 1905 తరువాత ముస్లింలు జాతీయోద్యమములో చేరకపోవడానికి కారణము?

జ. **హిందూ సిద్ధాంతాలపై ఆధారపడియున్నది**

2114. ముస్లిం లీగ్ ఎప్పుడు ఏర్పడినది?

జ. **1906 సం॥లో**

2115. తిలక్ ఎప్పుడు అరెస్టు చేయబడినాడు?

జ. **1908 సం॥లో**

2116. తిలక్ అరెస్టుపట్ల ఎవరు సమ్మె చేసిరి?

జ. **బొంబాయి బట్టల మిల్లు కార్మికులు**

2117. దీనిని 'భారత కార్మిక తరగతుల ప్రథమ రాజకీయ చర్చ' అని ఎవరు ప్రశంసించాడు

జ. **లెనిన్**

2118. కలకత్తాలో హిందూ కేంద్రమునకు పోటీగా ఢాకాలో ఏర్పడిన కేంద్రము?

జ. **మహ్మదీయ కేంద్రము**

2119. స్థానిక సంస్థల పుట్టుకకు మూలము ఏది?

జ. **వికేంద్రీకరణము**

2120. ఎవరి కాలములో స్థానిక సంస్థలు ఏర్పడినవి?

జ. **రిప్పన్ కాలములో**

2121. స్థానిక సంస్థలు ఆనాడు వసూలు చేసిన పన్నులు?

జ. **ఇంటి పన్ను, వృత్తి పన్ను, అక్టాయి పన్ను, వాహనముల పన్ను**

2122. స్థానికి సంస్థల కారకులు ఎవరు?

జ. **మాయో, రిప్పన్**

2123. స్థానికి స్వపరిపాలన ప్రధాన నివేదిక ఏది?

జ. **మాంటే ఛెమ్సుఫర్డు నివేదిక**

2124. ప్రభుత్వోద్యోగుల మార్పుకు నియమించిన సంఘము?

జ. **అచిసన్ సంఘము**

2125. అచిసన్ సంఘము ఎప్పుడు నియమించబడినది?

జ. **1886లో సర్ ఛార్లెస్ అచిసన్ అధ్యక్షతన**

2126. సంఘమును నియమించినది ఎవరు?

జ. **డఫ్రిన ప్రభువు**

2127. 1893లో పోటీ పరీక్షలు భారతదేశములో పెట్టడానికి ఖండించినది ఎవరు?

జ. **లాంస్డన్ ప్రభువు**

2128. ప్రభుత్వోద్యోగ వ్యవస్థలో మార్పు కోసం ఏర్పడిన సలహా సంఘము?

జ. **ఇస్లింగ్టను ప్రభువు**

2129. ఇస్లింగ్టను సంఘములో భారత సభ్యులు ఎవరు?

జ. **గోపాలకృష్ణ గోఖలే, అబ్దుల్ రహీమ్‌లు**

2130. ఇస్లింగ్టను సంఘము ఎప్పుడు ఏర్పాటు అయినది?

జ. **1912 సం॥లో**

2131. భారతీయులకు ఎంత శాతము ఉద్యోగావకాశాలు కల్పించినది?

జ. **33 శాతమును**

2132. రాష్ట్రములలో ఎటువంటి ప్రభుత్వము కల్గియున్నది?

జ. **ద్వంద్వ ప్రభుత్వము**

2133. 'లీ' ప్రభువు అధ్యక్షతన ఏర్పాటు అయిన సంఘము ఏది?

జ. **రాయల్ కమీషన్, 1923లో**

2134. 'ఎన్నికల పద్ధతి' సిద్ధాంత రీత్యా ఎప్పుడు అంగీకరించబడినది?

జ. **1909లో**

2135. మంటేగు ఛెమ్స్‌ఫర్డ్ చట్టము ఎప్పుడు అమలులోనికి వచ్చినది?

జ. **క్రీ.శ. 1919 సం॥లో**

2136. భారత రాజ్యార్హతను విచారించడానికి ఏర్పడిన కమిషన్ ఏది?

జ. **సైమన్ కమీషను**

2137. భారతదేశములో ఫెడరల్ విధానాన్ని ప్రవేశపెట్టిన చట్టము?

జ. **1935 భారత ప్రభుత్వ చట్టము**

2138. నాణెములపై నియమించబడిన కమీషన్?

జ. **హర్‌షల్ కమిటి**

2139. ఎప్పుడు హర్‌ల కమిటి నియమించబడినది?

జ. **క్రీ.శ. 1893 సం॥లో**

2140. లాండ్‌హోడ్ సొసైటీని ఎవరు స్థాపించినారు?

జ. **ద్వారకనాథ్ ఠాకూర్**

2141. ఏ సంవత్సరములో స్థాపించబడినది?

జ. **1830 సం॥లో**

2142. లాండ్ హోడర్ సొసైటీ ఎక్కడ స్థాపించబడినది?

జ. **కలకత్తా**

2143. బ్రిటిష్ ఇండియా సొసైటీని స్థాపించినది ఎవరు?

జ. **విలియం ఆడమ్**

2144. ఎప్పుడు ఎక్కడ స్థాపించబడినది?

జ. **1839లో లండన్‌లో స్థాపించబడినది**

2145. బ్రిటిష్ ఇండియా సొసైటీని ఎవరు స్థాపించినారు?

జ. **ద్వారకనాథ్ ఠాగూరు**

2146. ఎప్పుడు ఎక్కడ స్థాపించబడినది?

జ. **1851లో కలకత్తా నగరములో స్థాపించబడినది**

2147. నేషనల్ ఇండియా సొసైటీని ఎవరు స్థాపించినారు?

జ. **మేరి కార్పంటర్**

2148. ఎప్పుడు, ఎక్కడ స్థాపించబడినది?

జ. **1867 సం॥లో లండన్‌లో**

2149. ఇండియన్ సొసైటీ?

జ. **ఆనందమోహన్ బోస్**

2150. ఎప్పుడు ఎక్కడ స్థాపించబడినది?

జ. **1872లో లండన్‌లో**

2151. మద్రాస్ మహాజనీక సభ ఎవరు స్థాపించిరి?

జ. **G.S. అయ్యంగారు, ఆనందచార్యు, విజయరాఘవచారి**

2152. ఎక్కడ, ఎప్పుడు స్థాపించబడినది?

జ. **1884 మద్రాసు**

2153. బొంబాయి ప్రెసిడెన్సీ అసోసియేషన్ ఎక్కడ స్థాపించినారు?

జ. **ఫిరోజ్ షా - బొంబాయిలో**

2154. ఇండియన్ కాంగ్రెసు స్థాపించినప్పుడు సెక్రట్రీ ఆఫ్ స్టేట్ ఎవరు?

జ. **లార్డ్ క్రాస్**

2155. జస్టిస్ ఉద్యమము ఎప్పుడు మొదలు అయినది?

జ. **1915-16 సం॥ల మధ్యలో**

2156. ఎక్కడ స్థాపించబడినది?

జ. **మద్రాసులో**

2157. జస్టిస్ ఉద్యమ కర్తలు ఎవరు?

జ. **C.N. మొదలియారు, T.M. నాయక్, P. త్యాగరాయశెట్టి**

2158. ఉద్యమం ఎందుకు ప్రారంభమైనది?

జ. **బ్రాహ్మణులకు వ్యతిరేకంగా**

2159. ఇందులో పాల్గొన్న వర్గము లెవ్వి?

జ. **మొదలియారుశెట్టి, రెడ్డి, బలిజనాయుడు మొ॥**

2160. వీరు స్థాపించిన పార్టీ?

జ. **జస్టిస్ పార్టీ**

2161. ఆత్మగౌరవము అనే ఉద్యమం ఎవరు ప్రారంభించినారు?

జ. **రామస్వామి E.V.**

2162. ఎప్పుడు స్థాపించబడినది?

జ. **మద్రాసులో 1925లో**

2163. రామస్వామి E.V. కి మరొక పేరు?

జ. **పెరియార్**

2164. ఈ ఉద్యమం యొక్క లక్ష్యములు?

జ. **బ్రాహ్మణుల అధ్యక్షతను అణిచివేయుట**

2165. ఈ ఉద్యమం యొక్క ముఖ్యోద్దేశ్యము?

జ. **వివాహములో బ్రాహ్మణ పురోహితులు లేకుండా వివాహము జరపుట**

2166. పెరియర స్థాపించిన తమిళ పత్రిక?

జ. **కుట్టి అరసు 1924లో స్థాపించినాడు**

2167. నాదరా ఉద్యమము ఎక్కడ ప్రారంభమైనది?

జ. **రామడ్ జిల్లా దక్షిణ తమిళనాడులో**

2168. నాదరాలు ఎవరు?

జ. **వీరు అంటరాని కులమునకు చెందినవారు**

2169. నాదరాలు ఏ విధముగా పిలువబడినారు?

జ. **క్షత్రియులుగా పిలువబడినారు**

2170. నాదరా మహారాజ్ సంఘము ఎప్పుడు స్థాపించబడినది?

జ. **1910లో**

2171. నాయర్ ఉద్యమము ఎక్కడ మొదలు అయినది?

జ. **ట్రావన్‌కూర్‌లో**

2172. నాయర్ ఉద్యమము ఎవరికి వ్యతిరేకంగా ఉద్యమించారు?

జ. **నంబూద్రి బ్రాహ్మణులను**

2173. మళయాల మెమోరియల్ స్థాపించినది ఎవరు?

జ. **రామన్ పిళ్ళై**

2174. రామన్ పిళ్ళై రచించిన గ్రంథములు ఏమిటి?

జ. **మార్తాండ వర్మ - 1891 లో రచించినాడు**

2175. నాయర్ ఉద్యమంలో ముఖ్యులు ఎవరు?

జ. **రామకృష్ణ పిళ్ళై, పద్మనాభ పిళ్ళై**

2176. సత్యశుద్ధక ఉద్యమము ఎవరు స్థాపించినారు?

జ. **'పాల్' మహారాష్ట్రలో**

2177. పాల్ సత్యశుద్ధక సమాజమును ఎప్పుడు స్థాపించినారు?

జ. **1873లో**

2178. మహర్ ఉద్యమము ఎప్పుడు మొదలు అయినది?

జ. **1920లో**

2179. ఈ ఉద్యమ నాయకుడు ఎవరు?

జ. **డా॥ బాబాసాహెబ్ రామ్‌జీ అంబేద్కర్**

2180. మహర్‌ల యొక్క కోర్కెలు ఏమిటి?

జ. **ఆలయ ప్రవేశము, మంచినీరు త్రాగుటకు బావులు వాడుకొనుట**

2181. గోపాల్ బాబా వాంగ్లేక్కర్ ఎవరు?

జ. **మహర ఉద్యమంలో నాయకుడు**

2182. కైవర్థిన్ ఉద్యమము ఎక్కడ మొదలు అయినది?

జ. **బెంగాలులో ప్రారంభమైనది**

2183. వీరు స్థాపించిన సంఘము లేవి?

జ. **జాతి నిద్రాహరణ సభ (1817) మహిష్య సమితి (1901)**

2184. చంపరన్ సత్యాగ్రహము ఎప్పుడు జరిగినది?

జ. **1917లో బీహారులో జరిగినది**

2185. కైరా సత్యాగ్రహము ఎక్కడ జరిగింది?

జ. **1918 గుజరాత్‌లో**

2186. మోప్లా తిరుగుబాటు ఎప్పుడు జరిగింది?

జ. **1921 సం॥ కేరళలో జరిగినది**

2187. బార్డోలి సత్యాగ్రహము ఎప్పుడు జరిగింది?

జ. **1928 గుజరాత్‌లో జరిగింది**

2188. అఖిల భారత కాంగ్రెసు కిసాన్ సభ ఎక్కడ జరిగింది.

జ. **లక్నోలో 1936లో**

2189. కిసాన్ సభకు ఎవరు అధ్యక్షత వహించారు?

జ. **స్వామి శ్రద్ధానంద**

2190. దక్షిణ భారత రైతులు మరియు వ్యవసాయ కూలి సంఘము ఎప్పుడు స్థాపించారు?

జ. **1935 సం॥లో**

2191. మొదటి ఫ్యాక్టరీ కమీషన్ ఎప్పుడు ప్రారంభించబడింది?

జ. **1875 సం॥ బొంబాయిలో**

2192. మొదటి ఫ్యాక్టరీ చట్టములోని ముఖ్య అంశము ఏమిటి?

జ. **బాల్య కార్మికుల రక్షణ**

2193. రెండవ ఫ్యాక్టరీ చట్టము ఎప్పుడు వచ్చినది?

జ. **1884 సం॥లో**

2194. కార్మిక సభను నిర్వహించినది ఎవరు?

జ. **లోకహండ్**

2195. రెండవ పారిశ్రామిక చట్టం ఎప్పుడు అమలులోనికి వచ్చింది?

జ. **1891 సం॥లో**

2196. రెండవ ఫ్యాక్టరీ చట్టములోని ముఖ్యాంశములు?

జ. **పనిగంటలు నిర్ణయించుట, జీతము నెల మొదటలో చెల్లించుట**

2197. మద్రాసు కార్మిక సంస్థ ఎప్పుడు ప్రారంభమైనది?

జ. **1918లో**

2198. ఈ సంస్థ యొక్క నాయకుడు?

జ. **బి.పి. వాడియా**

2199. ఆల్ ఇండియా ట్రేడ్ యూనియన్ కాంగ్రెసు ఎప్పుడు స్థాపించబడింది?

జ. **1920 సం॥లో**

2200. దీనిని నిర్వహించినది ఎవరు?

జ. **N.M. జోషి**

2201. లోకమాన్య అన్న బిరుదు ఎవరికి కలదు?

జ. **బాలగంగాధర తిలక్**

2202. హోమ్‌రూల్ ఉద్యమానికి తోడ్పడిన పత్రికలు?

జ. **కామన్ వీల్, నవభారత పత్రిక**

2203. 'అనూషవాన్ సమితి' దీనిని స్థాపించినవారు ఎవరు?

జ. **బీరేంద్రకుమార్ ఘోష్, జితేంద్రనాథ్ బెనర్జీ**

2204. దీనిని ఏ సంవత్సరములో స్థాపించినారు?

జ. **1902 సం॥లో**

2205. 'మిత్ర మేళ' స్థాపించినది ఎవరు?

జ. **1899 లో సావర్కర్ సోదరులు**

2206. అభినవ భారతిని స్థాపించినవారు ఎవరు?

జ. **1907లో గణేష్ సావర్కర్**

2207. హిందూస్థాన్ రిపబ్లిక్ అసోసియేషన్ ఎప్పుడు ప్రారంభమైనది?

జ. **1924లో సచిన్ సన్యాల్, జోగేష్ చంద్ర చటర్జీ**

2208. గద్దర్ పార్టీని స్థాపించినది ఎవరు?

జ. **1913 సం॥లో హర్‌దయాళ్, సోన్‌సింగ్**

2209. ఇండియా ఇండిపెండెంట్ లీగ్ ఎవరు స్థాపించారు?

జ. **రాష్ బీహరీ బోస్ 1942లో జపాన్‌లో స్థాపించినారు**

2210. 1906లో బెంగాల్ గవర్నర్‌పై హత్యా ప్రయత్నం చేసింది ఎవరు?

జ. **బృగేంద్రకుమార్, ధూపేంద్రనాథ్**

2211. కెనడీ హత్యలో నిందితులు ఎవరు?

జ. **కుదీరాయ్ బోసు, ఛాకీ 1908లో జరిగింది**

2212. మొదట 1908లోని పథకము ఎవరిని హత్య చేయడానికి?

జ. **కింగ్‌ఫోర్డును హత్య చేయడానికి**

2213. ఎవరిని అరెస్టు చేసినారు?

జ. **అరవింద్ ఘోష్‌ను**

2214. లార్డ్ హార్డింగ్ మీద హత్యా ప్రయత్నము ఎవరు చేశారు?

జ. **రాష్ బీహారీ బోస్, సచిన్ సన్యాల్ 1912 సం॥లో**

2215. 1909లో కర్జన్ విలైను హత్య చేసింది ఎవరు?

జ. **మండలాల్ డింగ్రా, లండన్‌లో**

2216. సాండర్స్ హత్య ఎవరు చేసినారు?

జ. **భగత్‌సింగ్, రాజ్‌గురు, ఆజాద్**

2217. సాండర్స్‌ను ఎందుకు హత్య చేసినారు?

జ. **లజపతిరాయ్ మరణమునకు కారకుడు అయినందున**

2218. ఎప్పుడు హత్య చేసినారు?

జ. **లాహోరులో 1928 సం॥లో**

2219. సెంట్రల్ అసెంబ్లీ హాల్‌లో బాంబు విసరింది ఎవరు?

జ. **భగత్‌సింగ్ దత్తు**

2220. ఏ సంవత్సరములో జరిగినవి?

జ. **1929 ఏప్రిల్‌లో**

2221. ఇర్విన్ ప్రభువు మీద హత్యా ప్రయత్నం ఎవరు చేశారు?

జ. **హిందూస్థాన్ సోషలిస్టు రిపబ్లిక్ 1929లో**

2222. స్టీవెన్ ప్రభువును హత్య చేసింది ఎవరు?

జ. **1931లో ఇద్దరు స్కూలు బాలికలు**

2223. ఆ స్కూల్ బాలికల పేర్లు ఏమిటి?

జ. **శాంతి మరియు సునీత చౌదరీ**

2224. చంద్రశేఖర్ ఎప్పుడు మరణించాడు?

జ. **1931లో పోలీసు ఎన్‌కౌంటర్సులో, అలహాబాద్‌లో**

2225. అమరణ నిరాహారదీక్ష చేసి మరణించిన రాజకీయ ఖైదీ ఎవరు?

జ. **జీతన్‌దాసు 1929 సం॥లో**

2226. యుద్ధ కాలములో దేశములో అమలులో ఉన్న చట్టం ఏది?

జ. **డిఫెన్స్ ఆఫ్ ఇండియా చట్టం**

2227. డిఫెన్స్ ఆఫ్ ఇండియా చట్టంపై నియమించిన కమిటి?

జ. **రౌలత్ కమిటి**

2228. ఈ కమిటి నివేదిక చట్టంగా మారినది దాని పేరు?

జ. **రౌలత్ చట్టం**

2229. గాంధీ స్థాపించిన సభ?

జ. **సత్యాగ్రహ సభ**

2230. మహమ్మదీయులకు ఆంగ్లేయులపై వ్యతిరేకతకు కారణము?

జ. **మహ్మదీయుల పవిత్రస్థలాలను ఆంగ్లేయులు ఆక్రమించుట వలన**

2231. ఈ సమస్యకు పేరు ఏమిటి?

జ. **ఖిలాఫత్ సమస్య అని పేరు**

2232. ఈ ఉద్యమానికి ఎవరు నాయకత్వము వహించినారు?

జ. **మహమ్మదాలి, షౌకత్ ఆలీ**

2233. ఆనాడు పంజాబు లెఫ్టినెంట్ గవర్నరు ఎవరు?

జ. **సర్‌మైఖేల్ ఓడయ్యర్**

2234. పంజాబులోని నాయకలు?

జ. **డా॥ సత్యపాల్ మరియు కిచులూ**

2235. జలియన్ వాలాబాగ్ సంఘటన ఎప్పుడు జరిగింది?

జ. **1919 ఏప్రిల్ 13వ తేదీన**

2236. బాలగంగాధర్ ఎందులో సభ్యుడు?

జ. **దక్కన్ ఎడ్యుకేషన సొసైటీలో**

2237. హోమ్‌రూల్ లీగమ్ తిలక్ ఎప్పుడు స్థాపించినాడు?

జ. **1916 ఏప్రిల్‌లో**

2238. పంజాబు కేసరి అన్న బిరుదు కల్గినవారు ఎవరు?

జ. **లాలాలజపతిరాయ్**

2239. **U.S.A.** లో ఇండియా హోమ్‌రూల్ లీగ్ ఎప్పుడు ఎవరు స్థాపించిరి?

జ. **1914 సం॥లో లజపతిరాయ్**

2240. లజపతిరాయ్ ఏ పత్రికకు సంపాదకుడు?

జ. **'పంజాబీ'**

2241. లజపతిరాయ్ ఎదుర్కొన్న కమిషన్?

జ. **సైమన్ కమిషన్**

2242. బెంగాల్ నేషనల్ కాలేజీని స్థాపించినది ఎవరు, ఎప్పుడు?

జ. **అరవిందా ఘోష్ 1906లో కలకత్తాలో**

2243. వందేమాతరం ఎడిటర్ ఎవరు?

జ. **అరవిందా ఘోష్**

2244. పాండిచ్చేరిలో ఘోష్ ఏ సంవత్సరములో నివాసం ఏర్పరచుకున్నారు?

జ. **1910 సం॥లో**

2245. దివ్యజ్ఞాన సమాజమునకు నాయకులు ఎవరు?

జ. **అనీబిసెంట్**

2246. హిందూ, ముస్లిమ్‌ల సమావేశము ఎక్కడ జరిగింది?

జ. **లక్నో సమావేశము 1916లో**

2247. తిలక్ హోమ్‌రూల్ సంఘాన్ని ఎప్పుడు స్థాపించినారు?

జ. **పూనాలో 1916 ఏప్రిల్ 23వ తేది**

2248. జలియన్‌వాలాబాగ్ సంఘటనకు కారకుడు?

జ. **డయ్యర్**

2249. సహాయ నిరాకరణోద్యమం ఎప్పుడు ప్రారంభమైనది?

జ. **1920 నుండి 22 వరకు**

2250. కాంగ్రెసు ఎక్కడ సమావేశం అయినది?

జ. **అలహాబాదు 1920 జూన్‌లో**

2251. కాంగ్రెసు ప్రత్యేక సదస్సు 1920లో ఎక్కడ జరిగింది?

జ. **కలకత్తాలో**

2252. కలకత్తా సమావేశంలో నాయకత్వం ఎవరికిచ్చినారు?

జ. **గాంధీజీకి ఇచ్చినారు**

2253. గాంధీ సహాయనిరాకరణోద్యమము ఎప్పుడు ప్రారంభమైనది?

జ. **1921 జనవరిలో**

2254. ఈ ఉద్యమము దేనికి పేరొందినది?

జ. **స్వదేశీ, ఖాదీ**

2255. జుమ్మా మసీదులో అడుగుపెట్టి మతాన్ని ప్రబోధించినది?

జ. **స్వామి శ్రద్ధానంద**

2256. అమృత్‌సర్‌లోని సిక్కు దేవాలయంలో ప్రవేశించిన మహమ్మదీయుడు?

జ. **డా॥ కిచులూ**

2257. ఖిలాఫత్ ఉద్యమ నాయకులు ఎవరు?

జ. **మౌలానా మహమ్మద్, షాకత ఆలీ**

2258. ఖిలాఫత్ సమావేశము ఎవరి ఆధ్వర్యంలో జరిగినవి?

జ. **1919 నవంబర్ 24న గాంధీ ఆధ్వర్యములో**

2259. 1919 జాతీయ కాంగ్రెసు ఎక్కడ సమావేశము అయినది?

జ. **నాగపూర్‌లో**

2260. ప్రభుత్వము నియమించిన కమీషన్?

జ. **హంటర్ కమీషన్**

2261. 1920 సం॥లో కాంగ్రెసు ఎక్కడ సమావేశము అయినది?

జ. **నాగపూర్‌లో**

2262. ఆ కాలములో స్థాపించబడిన విద్యాలయాలు ఏవి?

జ. **బీహార్, కాశీ, గుజరాత్ విద్యా పీఠములు, జామియా, ఇస్లామియా**

2263. ఎవరి పేరున స్వరాజ్యనిధి ఏర్పాటు చేయబడినది?

జ. **తిలక్ పేరున**

2264. రామదండు నాయకుడు ఎవరు?

జ. **దుగ్గిరాల గోపాలకృష్ణయ్య**

2265. గాంధీ సత్యాగ్రహమును ఎందుకు నిలుపు చేసినాడు?

జ. **చౌరిచౌరాలో హింస కారణముగా**

2266. 1922 డిసెంబర్ ఖిలాఫత్ ఉద్యమంలో కలిసినవారు ఎవరు?

జ. **మోతీలాల్ నెహ్రూ**

2267. మోతీలాల్ నెహ్రూ స్థాపించిన కొత్త పార్టీ?

జ. **స్వరాజ్ పార్టీ**

2268. 1925 సం॥లో శాసనసభ స్పీకర్ ఎవరు?

జ. **విఠల్‌బాయి పటేల్**

2269. బ్రిటీష్ రాజు, రాణి కలకత్తా ఎప్పుడు చేరినారు?

జ. **1921 డిశంబరు 24న**

2270. స్వరాజ్ పార్టీ శాసనసభ నుంచి ఎప్పుడు నిష్క్రమించింది?

జ. **1926 మార్చిలో**

2271. సైమన్ కమిషన్ ఎప్పుడు వచ్చింది?

జ. **1927 సం॥లో**

2272. రాజ్యాంగాన్ని రూపొందించినది ఎవరు?

జ. **మోతీలాల్ నెహ్రూ**

2273. గాంధీ స్వాతంత్ర్య సంపాదన కొరకు చేసిన సత్యాగ్రహము?

జ. **ఉప్పు సత్యాగ్రహము 1930లో**

2274. గాంధీ ఎంతమంది అనుచరులతో దండి గ్రామానికి వెళ్ళినాడు?

జ. **21 మందితో**

2275. ఎక్కడనుండి దండి గ్రామానికి బయలుదేరినాడు?

జ. **శబరిమతి ఆశ్రమము నుండి**

2276. గాంధీ-ఇర్విన్ ఒప్పందము ఎప్పుడు జరిగింది?

జ. **1939 మార్చిలో**

2277. రౌండ్ టేబుల్ సమావేశము ఎప్పుడు జరిగింది?

జ. **1931 సెప్టెంబరు 7 నుండి**

2278. జవహర్‌లాల్ నెహ్రూ అధ్యక్షతన ఏర్పడిన సంఘము?

జ. **అఖిల భారత స్వాతంత్ర్య సమితి ఏర్పడింది**

2279. కలకత్తా కాంగ్రెసులో రెండు గ్రూపుల నాయకులెవ్వరు?

జ. **ఇది 1928లో జరిగింది. నెహ్రూ మరియు సుభాష్**

2280. ఏ సంవత్సరములో మీరట్ కుట్ర కేసు జరిగింది?

జ. **1939 మార్చిలో**

2281. ది మోడరన్ రివ్యూ సంపాదకుడు రమానంద ఛటర్జీని ఎందుకు అరెస్టు చేసిరి?

జ. **'బానిసత్వంలో భారత్' అన్న గ్రంథాన్ని ప్రచురించినందుకు**

2282. క్విట్ ఇండియా ఉద్యమము ఎప్పుడు మొదలు అయినది?

జ. **1942 సం।।నుండి**

2283. ఫార్వర్డు బ్లాక్ అనే పార్టీని ఏర్పాటు చేసినది ఎవరు?

జ. **సుభాష్‌చంద్రబోసు**

2284. స్టాఫర్డు క్రిప్స్ ఎప్పుడు భారతదేశానికి వచ్చినాడు?

జ. **1942 మార్చిలో**

2285. 1938లో కాంగ్రెసు ప్రభుత్వము చేసిన చట్టము?

జ. **కార్మిక వివాద చట్టాన్ని**

2286. ఏ సంవత్సరములో బోసు కాంగ్రెసు అధ్యక్ష పదవికి పోటీ చేసారు?

జ. **1933 సం।।లో**

2287. సుభాష్‌పై ఓడిపోయిన నాయకుడు ఎవరు?

జ. **పట్టాభి సీతారామయ్య**

2288. సుభాష్ రాజీనామా చేసిన తరువాత ఎన్నిక అయినది ఎవరు?

జ. **రాజేంద్రప్రసాద్**

2289. గాంధీజీ రౌండ్ టేబుల్ కాన్ఫరెన్సులో గట్టిగా వ్యతిరేకించినది ఏమిటి?

జ. **కమ్యూనల్ ఎలక్టోరేట్**

2290. 1932లో ఆల్వార్ సంస్థానంలో ఎటువంటి తిరుగుబాటును ఎదుర్కొన్నది?

జ. **ఆర్థిక కారణాలవలన రైతులు తిరుగుబాటు చేసిరి**

2291. కమ్యూనల్ అవార్డు ప్రధానమంత్రి ఎవరు?

జ. **రామ్‌సే మక్‌డొనాల్డ్**

2292. గాంధీ నిరాహార దీక్ష కారణముగా ఏ ఒప్పందము కుదిరింది?

జ. **పూనా ఒప్పందము**

2293. పూనా ఒప్పందము ప్రకారము?

జ. **హిందూ ఎలక్టోరేట్‌ను నిలబెడుతూ దళితులను రిజర్వుచేసారు**

2294. శాసనోల్లంఘన ఉద్యమము ఎప్పుడు అంతమైనది?

జ. **1934 సం॥లో**

2295. ఎప్పటి నుండి జాతీయోద్యమము ఉధృతరూపం దాల్చింది?

జ. **1936 సం॥లో**

2296. రాజేంద్రప్రసాద్ కాంగ్రెసు అధ్యక్ష పదవికి ఏ సంవత్సరములో పోటీ చేసాడు?

జ. **1939లో**

2297. గాంధీ బలపరచిన నాయకుడు ఎవరు?

జ. **పట్టాభి సీతారామయ్య**

2298. త్రిపుర కాంగ్రెసు అధ్యక్ష పదవికి గెలిచినది ఎవరు?

జ. **సుభాష్‌చంద్రబోసు**

2299. ముస్లిమ్స్ నందరిని మొదటగా ఏకం చేసిన వ్యక్తి ఎవరు?

జ. **సర్ సయ్యద్ అహ్మద్ ఖాన్**

2300. అహ్మద్ ఖాన్ బలపరచినది ఏమిటి?

జ. **కమ్యూనల్ ఎలక్టోరేట్**

2301. ముస్లిమ్‌ల మొట్టమొదటి సంస్థానము ఏది?

జ. **ముస్లిమ్‌లీగ్**

2302. ముస్లిమ్‌లీగ్ ఎప్పుడు స్థాపించబడింది?

జ. **1906లో**

2303. ముస్లింలీగ్ ఏర్పడినప్పుడు అప్పటి వైస్రాయి ఎవరు?

జ. **లార్డు మింటో**

2304. ముస్లిమ్ స్థాపకుడు ఎవరు?

జ. **అగాఖాన్ నవాబు**

2305. ముస్లిమ్‌లీగ్ మహాసభ అమృతసర్‌లో ఎప్పుడు జరిగింది?

జ. **1908లో**

2306. బ్రిటీష్ ప్రభుత్వము ఏ సంవత్సరములోని చట్టము ప్రత్యేక ఎలక్టోరేట్ సదుపాయం కల్పించింది?

జ. **1935 నాటి చట్టం ప్రకారం**

2307. భారత్‌కు స్వయం పరిపాలన హక్కు కావాలి అనే ధోరణి ముస్లిమ్‌లీగ్ ఎప్పుడు ఆమోదించినది?

జ. **1913 సం॥లో**

2308. ఏ ఉద్యమం ప్రభావం భారత ముస్లిమ్‌లపై పడినది?

జ. **ఎన్వర్ పాషా నాయకత్వంలోని యంగ్ టర్క్ జాతీయ ప్రజాస్వామ్య ఉద్యమం**

2309. మహమ్మద్ ఆలీ స్థాపించిన పత్రికలు?

జ. **కామ్రేడ్, హందర్ద్**

2310. కలామ్ ఆజాద్ 1912లో స్థాపించిన పత్రిక?

జ. **అల్ హిలాల్**

2311. ముస్లిమ్‌లీగ్ నూతన రాజకీయ ధోరణి నచ్చక రాజీనామా చేసింది ఎవరు?

జ. **అగాఖాను**

2312. ఏ సంవత్సరములో జమైత-ఉల్-ఉలేమా ఏర్పడింది?

జ. **1919 సం॥లో**

2313. ఖిలాఫత్ ఉద్యమం కాలములో నిర్బంధించబడిన నాయకులు ఎవరు?

జ. **మహ్మద్ ఆలీ, షాకత్ ఆలీ**

2314. 1921లో ఖిలాఫత్ నాయకులు ఏ ఉద్యమాన్ని బలపరచినారు?

జ. **మోప్లా ఉద్యమం**

2315. 1929లో 14 అంశాల కార్యక్రమాన్ని ప్రచురించింది ఎవరు?

జ. **మహమ్మద్ ఆలీ జిన్నా**

2316. జిన్నా సూచనలు ఏ నివేదికకు వ్యతిరేకముగా ఉన్నవి?

జ. **నెహ్రూ కమిటి నివేదికకు**

2317. రౌండ్‌టేబుల్ కాన్ఫరెన్సులో అనధికారంగా 'లీగ్'కు ప్రాతినిధ్యం వహించిందెవరు?

జ. **అగాఖాను**

2318. ఏ సంవత్సరంలో ముస్లిమ్‌లీగ్‌కు జిన్నా నాయకత్వం వహించారు?

జ. **1933 సం॥లో**

2319. హిందూ ముస్లిమ్ దేశాలుగా భారతదేశము విడిపోవాలని ఏ సభలో ప్రతిపాదించారు?

జ. **1940 లాహోరు సభలో**

2320. 1941 లో జరిగిన మద్రాసు లీగ్ సమావేశాలకు అధ్యక్షుడు ఎవరు?

జ. **మహమ్మద్ ఆలీ జిన్నా**

2321. కాంగ్రెసు అనుకూల జాతీయ సంస్థ స్థాపించినది ఎవరు?

జ. **అబ్దుల్ గఫార్‌ఖాను**

2322. ఏ సంవత్సరములో స్థాపించబడినది?

జ. **ఖుదాయి బిర్మాయ్ అనే సంస్థను 1930లో స్థాపించబడెను**

2323. బెలూచిస్తాన్‌లోని కాంగ్రెసు అనుకూల సంస్థ ఏది?

జ. **పతన్ పార్టీ**

2324. ప్రధానముగా ముస్లిమ్ నేత పనివారున్న పార్టీ ఏది?

జ. **అఖిలభారత మోమిన్ సభ**

2325. వీరు దేనిని వ్యతిరేకించారు?

జ. **ముస్లిమ్ లీగ్‌ను, పాకిస్తానుకు వ్యతిరేకంగా ఉన్నాయని**

2326. క్రిషక్ ప్రజా పార్టీ నాయకుడు?

జ. **'పజుల్ హూక్' ఈ పార్టీ బెంగాలులో ఉన్నది**

2327. 1931లో స్థాపించబడిన మరో ముఖ్యమైన సంస్థ ఏది?

జ. **ఖక్సార్ పార్టీ**

2328. ఖక్సార్ పార్టీ నాయకుడు ఎవరు?

జ. **అల్లాకు మష్రికి**

2329. బక్సార్ ఉద్యమము ఏ సిద్ధాంతముపై కొనసాగింది?

జ. **ప్రాచీన ముస్లిం మత సిద్ధాంతాలపై**

2330. ఈ ఉద్యమమునకు ఎక్కువగా ఎక్కడ ఆదరణ లభించినది?

జ. **పంజాబు, సింధులో**

2331. ఎవరి నాయకత్వమున ఆజాద్ ముస్లిం సభ ఏర్పడింది?

జ. **అల్లాబక్స్**

2332. ఏ సంవత్సరములో అల్లా బక్స్ 'ఆజాద్' పార్టీని ఏర్పరిచాడు?

జ. **1940 సం॥లో**

2333. పాకిస్తాన్ భావం ఏర్పడటానికి మూల పురుషుడు ఎవరు?

జ. **మహ్మద్ ఇక్బాల్**

2334. ఏ సంవత్సరము ముస్లిం లీగ్ సభలో అధ్యక్షుడుగా ఇక్బాల్ ముస్లింలకు ప్రత్యేక దేశము కావాలి అన్నాడు?

జ. **1930 సం॥లో**

2335. కాంగ్రెసు సోషలిస్టు పార్టీ ప్రముఖ నాయకులు ఎవరు?

జ. **అశోక్ మెహతా, అచ్యుత్ పట్వార్ధన్**

2336. 1916లో లక్నో కాంగ్రెసు అధ్యక్షుడు ఎవరు?

జ. **అంబికా చరణ్ మజుందార్**

2337. సైమన్ కమీషన్ ఏయే సంవత్సరాలలో భారతదేశములో పర్యటించింది?

జ. **1928 సం॥ మరియు 1929 సం॥లో**

2338. 1930లో ఏ పార్టీ అధికారంలో ఉన్నది?

జ. **లేబరు పార్టీ**

2339. 1930లో రౌండ్ టేబుల్‌లో పాల్గొన్నవారు ఎవరు?

జ. **అల్పసంఖ్య వర్గమువారు**

2340. రెండవ రౌండ్ టేబుల్ ఎప్పుడు జరిగింది?

జ. **1931 సెప్టెంబరు 7న**

2341. ఏయే రాష్ట్ర శాసనసభలో ఏ పార్టీకి మెజార్టీ లభించినది?

జ. **మద్రాసు, బొంబాయి, మధ్యప్రదేశ్, ఉత్తరప్రదేశ్**

2342. రెండవ ప్రపంచ యుద్ధములో ఇంగ్లాండుకు సహాయాన్ని అందించాలన్న సంస్థలు?

జ. **హిందూ మహాసభ, జస్టిస్‌పార్టీ, హరిజనులు, ముస్లిం వర్గాలు**

2343. స్టాఫర్డు క్రిప్స్ రాయబారం ఎందుకు జరిగింది?

జ. **యుద్ధంలో భారత్ సహాయాన్ని కోరడానికి**

2344. స్టాఫర్డు క్రిప్స్ ప్రతిపాదనలు ఎందుకు తిరస్కరించారు?

జ. **దేశము విభజన అయ్యే పరిస్థితి వస్తుందని**

2345. అందరి మధ్య రాజీ కుదర్చడానికి ప్రయత్నించిన అమెరికా అధ్యక్షుడు ఎవరు?

జ. **రూజ్‌వెల్టు**

2346. ఏ పత్రికలో గాంధీ బ్రిటీషువారు దేశాన్ని వదలివెళ్ళాలి అని ప్రతిపాదించినాడు?

జ. **'హరిజన' అను పత్రికలో**

2347. ఈ పత్రిక వ్యాసాల వలన ప్రారంభమైన ఉద్యమం ఏమిటి?

జ. **క్విట్ ఇండియా ఉద్యమం**

2348. **'Do or die'** అన్న సూత్రాన్ని చెప్పింది ఎవరు?

జ. **గాంధీజి**

2349. ఆంధ్రా సర్క్యులర్ అనే కార్యక్రమాన్ని రూపొందించినది ఎవరు?

జ. **ఆంధ్రా కాంగ్రెసు కమిటి**

2350. గాంధీని ఎప్పుడు విడుదల చేసినారు?

జ. **1944 మే 5న**

2351. క్విట్ ఇండియా ఉద్యమం ఎప్పుడు పూర్తి అయినది?

జ. **గాంధీజీ విడుదలతో**

2352. ముస్లిం ప్రత్యేక రాజ్యం పట్ల ఇష్టంలేని నాయకులు ఎవరు?

జ. **హయ్యత్‌ఖాన్, హక్**

2353. సిమ్లా సమావేశము ఎప్పుడు జరిగినది?

జ. **1944 జూన్ 27న**

2354. సిమ్లా సమావేశము విఫలము అవడానికి కారణము ఎవరు?

జ. **ప్రధాని చర్చిల్, మహ్మద్ ఆలీ జిన్నా**

2355. ఇంగ్లాండ్‌లో కన్సర్వేటివ్ పార్టీని ఓడించిన పార్టీ ఏది?

జ. **లేబర్ పార్టీ**

2356. లేబర్ పార్టీ నాయకుడు ఎవరు?

జ. **అట్లీ**

2357. కాబినెట్ రాయబారములోని ముఖ్యులు ఎవరు?

జ. **లారెన్సు, క్రిప్స్, అలెగ్జాండర్**

2358. ప్రత్యక్ష చర్య దినముగా ఎవరు ప్రారంభించినారు?

జ. **ఆగస్టు 16 తేదీన, జిన్నా**

2359. కాంగ్రెసు లీగ్ పార్టీతో కూడిన తాత్కాలిక ప్రభుత్వము ఎప్పుడు ఏర్పడింది?

జ. **1946 డిశంబరు 9వ తేదీన**

2360. కస్తూరిబాయి ఎప్పుడు మరణించినది?

జ. **1944 ఫిబ్రవరి 22**

2361. కాంగ్రెసుకు ముస్లిమ్‌లీగ్ సమ్మతమే అన్న సిద్ధాంతాన్ని ఎవరు ప్రతిపాదించారు?

జ. **రాజగోపాలాచారి**

2362. రాజగోపాలాచారి సూచించిన సిద్ధాంతాన్ని ఏమందరు?

 జ. **రాజాజీ సిద్ధాంతము అనే పేరు**

2363. ఆజాద్ హిందూ సౌనవాజ్ సైనిక అధికారులకు ఎవరు పట్టుబడినారు?

 జ. **షాసనాజ్, గురుదయాళ్, ప్రేమ్‌సైగల్**

2364. వీరిని ఎక్కడ విచారించినది?

జ. **ఎర్రకోట సైనిక న్యాయస్థానములో**

2365. 1946 ఫిబ్రవరిలో తిరుగుబాటు చేసినది ఎవరు?

 జ. **భారత నావికా దళము**

2366. భారత నావికాదళము ఎన్ని గంటలు యుద్ధం చేసినది?

 జ. **7 గంటలు యుద్ధం చేసినది**

2367. మొట్టమొదటిసారిగా స్వరాజ్యం ఇస్తునట్లు ఎప్పుడు ప్రకటించినది?

 జ. **1945 డిశంబరు 14 తేదీన**

2368. వేవెట్ ప్రభువు స్థానములో వచ్చిన వైస్రాయి ఎవరు?

జ. **లార్డ్ మౌంట్ బాటెన్**

2369. భారత జాతీయ ఆర్మీని స్థాపించినది ఎవరు?

 జ. **కెప్టెన్ మోహన సింగ్**

2370. ఇండియన్ నేషనల్ ఆర్మీ ఎవరితో కలిసింది?

 జ. **జపాన్‌తో**

2371. నాగపూర్ కాంగ్రెసు సభ ఎప్పుడు జరిగింది?

 జ. **1920లో**

2372. ఈ సభలో ముఖ్యమైన తీర్మానములు ఏమిటి?

 జ. **రాజ్యాంగ మార్పులు కొరకు**

2373. మద్రాసు కాంగ్రెసు సభ ఎప్పుడు జరిగింది?

జ. **1927లో**

2374. మద్రాసు సభలో జరిగిన తీర్మానము ఏమిటి?

జ. **స్వరాజ్య ప్రతిపాదనలు జరిగినాయి**

2375. కలకత్తా సభ ఎప్పుడు జరిగింది?

 జ. **1928లో**

2376. ఈ సభలో ముఖ్యమైనది?

 జ. **గాంధీ తిరిగి 6 సం॥రాలకు రాజకీయంలో పాల్గొనుట**

2377. లాహోరు కాంగ్రెసు సభ ఎప్పుడు జరిగినది?

జ. **1929లో**

2378. లాహోరు సభయొక్క ప్రాముఖ్యత ఏమిటి?

జ. **ప్రాథమిక హక్కులు మరియు ఆర్థిక విధానము గురించి**

2379. మోతీలాల్ నెహ్రూ ఎప్పుడు మరణించారు?

జ. **1925 సం॥లో**

2380. సైమన్ కమీషన్ నియమించినది ఎవరు?

జ. **లార్డ్ ఇర్విన్**

2381. 1935 ప్రభుత్వ చట్టం చేసింది ఎవరు?

జ. **లార్డు విల్లింగ్ టన్**

2382. రౌలత్ చట్టమును నియమించింది?

జ. **లార్డు రీడింగ్**

2383. క్రిప్పు మిషన్ నియమించినది ఎవరు?

జ. **లార్డు లిన్‌లితోంగ్**

2384. బాలసోర్ వద్ద పోలీసులతో సంఘర్షణ జరుగుతుండగా మరణించినది ఎవరు?

జ. **జతిన్ ముఖర్జీ**

2385. ఈ కాలములోని సోషియాలజిస్టు ఎవరు?

జ. **శ్యామ్‌జి, కృష్ణవర్మ**

2386. తిలక్ ఎప్పుడు మరణించినాడు?

జ. **1920 సం॥లో**

2387. గోఖలే మరణము ఎప్పుడు సంభవించినది?

జ. **1915 సం॥లో**

2388. మహిళా యూనివర్శిటీని ఎవరు స్థాపించినారు?

జ. **లార్డు ఛేమ్సుఫర్డు**

2389. 1891 చట్టము ఎవరి కాలములో చేయబడినది?

జ. **లార్డ్ లాన్‌డేన్**

2390. బెంగాల్ గవర్నర్ ఇక్కడ ఉండుటకు సూచించినది ఎవరు?

జ. **లార్డు హార్డింగ్ 2**

2391. హిందూ మహాసభ ఎప్పుడు స్థాపించబడినది?

జ. **1915 సం॥లో**

2392. రెండవ కాంగ్రెసు మహాసభ ఎక్కడ జరిగింది.

జ. **కలకత్తాలో**

2393. రెండవ కలకత్తా కాంగ్రెసు అధ్యక్షుడు ఎవరు?

జ. **దాదాబాయి నౌరౌజీ**

2394. కలకత్తా కాంగ్రెసు సభ ఎప్పుడు జరిగింది?

జ. **1886 సం॥లో**

2395. కాంగ్రెసు మూడవ సభ ఎక్కడ జరిగింది?

జ. **మద్రాసులో**

2396. ఈ మద్రాసు సభకు అధ్యక్షుడు ఎవరు?

జ. **బద్రుద్దీన్ త్యాజ్జ**

2397. నాలుగవ కాంగ్రెసు మహాసభ ఎక్కడ జరిగింది?

జ. **అలహాబాదులో**

2398. అలహాబాదు కాంగ్రెసు అధ్యక్షుడు ఎవరు?

జ. **జార్జియోల్**

2399. అయిదవ కాంగ్రెసు సభ ఎక్కడ జరిగింది?

జ. **బొంబాయిలో**

2400. బొంబాయి అయిదవ కాంగ్రెసు సభాధ్యక్షుడు ఎవరు?

జ. **సర్ విలియం**

2401. ఆరవ కాంగ్రెసు సభ ఎక్కడ జరిగింది?

జ. **కలకత్తాలో**

2402. ఆరవ కలకత్తా సభాధ్యక్షుడు ఎవరు?

జ. **ఫిరోజ్ షా మెహతా**

2403. నేషనల్ ఇండియన్ అసోసియేషన్ ఎప్పుడు స్థాపించారు?

జ. **1867 సం॥లో**

2404. దీని స్థాపకులు ఎవరు?

జ. **మేరి కార్పెంటర్**

2405. ఇండియన్ సొసైటీని స్థాపించింది ఎప్పుడు?

జ. **1872 సం॥లో**

2406. సర్వెంట్ ఆఫ్ ఇండియా సొసైటీని స్థాపించింది ఎవరు?

జ. **గోఖలే**

2407. ఏ సంవత్సరములో స్థాపించినాడు?

జ. **1905 సం॥లో**

2408. సరిహద్దు గాంధీ అనే పేరు గల్గినవారు ఎవరు?

జ. **అబ్దుల్ గఫార్‌ఖాన్**

2409. రెడ్‌షర్టు ఉద్యమము చేసినవారు ఎవరు?

జ. **గఫార్‌ఖాన్**

2410. భారతదేశములో స్వతంత్రంగా ఉన్న సంస్థానాలు ఏవి?

జ. **హైద్రాబాద్, కాశ్మీరు, జునాఘడ్**

2411. సరిహద్దు నిర్ణయించినది ఎవరు?

జ. **రెడ్ క్లిఫ్**

2412. సంస్థానాలన్నీ భారతదేశములోకి విలీనము చేయడానికి ఎవరు కృషి జరిపినారు?

జ. **బికనీర్ మహారాజ్ సర్ సాదుల్ సింగ్**

2413. వల్లభాయి షరతులు ఒప్పుకోని నవాబు ఎవరు?

జ. **హైద్రాబాదు నవాబు నైజామ్**

2414. నైజామ్ నవాబు యొక్క సైన్యాధికారి ఎవరు?

జ. **కాశిం రజ్వీ**

2415. హైద్రాబాద్ మీద పోలీసు చర్య ఎప్పుడు జరిగింది?

జ. **1948 సెప్టెంబరు 13వ తేది**

2416. ఎవరి ఆధ్వర్యములో సైనిక చర్య జరిగింది?

జ. **జనరల్ రాజేంద్ర సింహ్‌జీ**

2417. జునాఘడ్‌పై పోలీసు చర్య ఎప్పుడు తీసుకొన్నాడు?

జ. **1948 ఫిబ్రవరిలో**

2418. కాశ్మీరు రాజు ఎవరు?

జ. **హరిసింగ్**

2419. కాశ్మీర్‌పై పాకిస్థాన్ ఎప్పుడు దండయాత్ర చేసింది?

జ. **1947 అక్టోబరు నెలలో**

2420. బిస్మార్క్ అన్న బిరుదు ఎవరికి కలదు?

జ. **సర్దార్ వల్లభాయి పటేల్**

2421. పటేల్ ఎప్పుడు మరణించినాడు?

జ. **1950 డిశంబరు 15న**

2422. ప్రథమ భారత గవర్నర్ జనరల్ ఎవరు?

జ. సి. రాజగోపాలచారి

2423. ప్రథమంగా రాష్ట్రాలలో నియమితులైన గవర్నర్లు ఎవరు?

జ. సరోజినీదేవి, బి.పి. రాయ్, దౌలత్రామ్‌లు

2424. రాజ్యాంగ పరిషత్తు ఎప్పుడు సమావేశమైనది?

జ. 1946 డిశంబరు 9న

2425. రాజ్యాంగ పరిషత్తు అధ్యక్షులు ఎవరు?

జ. డా॥ రాజేంద్రప్రసాద్ గారు

2426. ఏ చట్టం ద్వారా భారతదేశము నుండి బర్మా విడిపోయింది?

జ. 1935వ చట్టం

ముఖ్యమైన చరిత్ర గల్గిన ప్రదేశములు

2427. తూర్పు చాళుక్యుల ప్రసిద్ధమైన పట్టణము ఏది?

జ. అయ్యవోలు

2428. అయ్యవోలు శాసనము వేయించినది ఎవరు?

జ. కీర్తివర్మ

2429. అయ్యవోలులో ప్రసిద్ధమైన దేవాలయం ఏది?

జ. విష్ణు, దుర్గల దేవాలయములు

2430. అజంతా ఎక్కడ గలదు?

జ. ఔరంగాబాదు జిల్లా మహారాష్ట్రలో గలదు

2431. అజంతా దేనికి ప్రసిద్ధి?

జ. బౌద్ధ గుహలకు ప్రసిద్ధి గాంచినది

2432. అజంతా చిత్రాలు ఏ కాలములోనివిగా భావిస్తున్నారు?

జ. 2వ శతాబ్దం నుండి 7వ శతాబ్దం మధ్య కాలములోనివిగా

2433. నాసిక్ శాసనములో గల పట్టణము ఏది?

జ. అనుప

2434. ఇది ఏ ప్రాంతములో ఉన్నట్లు తెలుస్తోంది?

జ. నర్మదా లోయ ప్రాంతములో ఉన్నట్లు శాసనములో తెలుస్తోంది

2435. అనుపా ఎవరి మాతృభూమిగా భావించబడుతున్నది?

జ. శాతవాహనుల

2436. అపరాంతక ఏ ప్రాంతములో గుర్తించబడినది?

జ. **కొంకణ్ తీర ప్రాంతములో**

2437. అపరాంతక ప్రాంతము యొక్క ప్రాధాన్యత ఏమిటి?

జ. **బౌద్ధమతం ఈ ప్రాంతములోనే వెలుగొందింది**

2438. అపరాంతక ప్రాంతములో ప్రసిద్ధమైన ఓడరేవులు?

జ. **భరుకచ్ఛము, సోపరా**

2439. పాండిచ్చేరి దగ్గర ఉన్న ముఖ్యమైన పట్టణము?

జ. **అరికిమిడు**

2440. అరికిమిడును సంగమ కాలములో ఏమని పిలిచేవారు?

జ. **పడుక**

2441. అరికిమిడుకు ఏయే దేశాలతో సంబంధాలు కల్గి యున్నది?

జ. **మలయ, చైనా, రోమ్**

2442. అయోధ్య పట్టణము ఎక్కడ గుర్తించబడినది?

జ. **యు.పి.లోని ఫిరోజ్‌బాద్ జిల్లాలో సరయునదీ ప్రాంతములో**

2443. ఈ ప్రాంతములో సంస్కృత శాసనము ఎవరిది?

జ. **ధనదేవుడిది**

2444. ఈ అయోధ్య ఏ ఏ దేశాలకు వ్యాపార మార్గముగా ఉన్నది?

జ. **తామరలిప్తి, రాజగిరి, కాశీ, శ్రావస్తి**

2445. శాతవాహనులు మరియు పల్లవుల కాలములో ప్రసిద్ధమైన పట్టణం?

జ. **అమరావతి**

2446. అమరావతి దేనికి ప్రసిద్ధి చెందినది?

జ. **బౌద్ధ స్తూపములకు, చిత్రాలకు**

2447. అమరావతి నుండి ఏ ఏ దేశాలకు జల రవాణా కల్గి యున్నది?

జ. **బర్మా మరియు ఇండోనేషియా**

2448. అమరావతిలోని చిత్రములు, కళలు ఏ ప్రాంత ప్రభావాన్ని కల్గి ఉన్నవి?

జ. **దక్షిణ తూర్పు ఆసియా ప్రాంతము యొక్క**

2449. 6వ శతాబ్దములో ఉజ్జయినీ రాజధాని ఏది?

జ. **అవంతి**

2450. ప్రసిద్ధమైన బౌద్ధస్తూపం ఎక్కడ కలదు?

జ. **బహ్హుత్**

2451. నర్మదానది ముఖద్వారముతో మహారాష్ట్ర ప్రాంతము ఏది?

జ. **భరుకచ్ఛము లేదా బ్రోచ్**

2452. భరుకచ్ఛము ఏ ఏ దేశాలతో వ్యాపార సంబంధాలు కల్గి యున్నది?

జ. **తూర్పు ఆసియా దేశాలతో**

2453. బ్రోచ్‌లో అనాడు ఏ మతము ఉండేది?

జ. **జైనమతము**

2454. 'బాదామి' యొక్క ఆధునిక నామము ఏమిటి?

జ. **'వాతాపి' ఇది బీజాపూరు జిల్లాలో కలదు**

2455. బాదామి పట్టణం ఎవరి కాలములోని రాజధాని?

జ. **తూర్పు చాళుక్యుల కాలము**

2456. బాదామి పట్టణమును ఏ యాత్రికుడు దర్శించాడు?

జ. **చైనా యాత్రికుడు యువాన్ – చాంగ్**

2457. బుద్ధగయా ఎచ్చట గలదు?

జ. **గయాకు దక్షిణాన ఆరుమైళ్ళ దూరంలో బీహారులో గలదు**

2458. బుద్ధగయా నగరము యొక్క ప్రాముఖ్యత ఏమిటి?

జ. **బుద్ధుడు జ్ఞానోదయం పొందిన ప్రాంతము**

2459. బనవాసికి మరొక పేరు?

జ. **వైజయంతి కర్ణాటక రాష్ట్రములో గలదు**

2460. బనవాసి ఎవరి రాజధాని?

జ. **కాదంబుల రాజధాని**

2461. అశోకుడు బనవాసికి ఎవరిని పంపినట్లు తెలుస్తున్నది?

జ. **బౌద్ధ మతాచార్యులు**

2462. బ్రహ్మగిరి ఎచ్చట గలదు?

జ. **చింతల్ దుర్గ్ జిల్లా కర్ణాటకలో గలదు**

2463. దీని ప్రాముఖ్యత ఏమిటి?

జ. **పాతరాతి యుగములో మానవుడు సంచరించిన ప్రదేశము**

2464. ఇక్కడ దొరికిన ఆధారము లేవి?

జ. **ఎముకలు, ఆయుధాలు మొదలగునవి**

2465. ఈ ప్రాంతములో రెండు శిలాశాసనములు ఎవరు వేయించినారు?

జ. **అశోకుడు**

2466. అఫ్ఘనిస్తాన్‌లోని బౌద్ధ, గంధర కళా కేంద్రము ఏది?

జ. **బామియాన్**

2467. భారతదేశము నుండి ఏ దేశము వెళ్ళుటకు మార్గము ఇది?

జ. **చైనా**

2468. 5 మరియు 6వ శతాబ్దములో ఎవరి రాజధాని?

జ. **హూణుల రాజధాని**

2469. 1117 **A.D.** లో కట్టించబడిన చెన్నకేశవ దేవాలయము ఎక్కడ గలదు?

జ. **వెలూరులో గలదు**

2470. చిదంబరము ఎక్కడ గలదు?

జ. **దక్షిణ ఆర్క్ జిల్లా (తమిళనాడులో గలదు)**

2471. చిదంబరములోగల ప్రసిద్ధ దేవాలయం?

జ. **శైవాలయము, నటరాజు నృత్యము చేస్తున్నట్లు గలదు**

2472. దక్షిణ భారతములో శైవమతము ఎక్కడ పుట్టిందని భావిస్తున్నారు?

జ. **చిదంబరములో**

2473. చంప నగరము ఎచ్చట గలదు?

జ. **బెంగాలు సరిహద్దులలో**

2474. మౌర్యుల కాలంలో ఏ రాజ్యానికి చంప రాజధాని?

జ. **అంగ**

2475. డోంగ్రా ఎచ్చట గలదు?

జ. **ఝాన్సీ జిల్లా (ఉత్తరప్రదేశ్ గలదు)**

2476. గుప్తుల కాలమునాటి ముఖ్యమైన కట్టడములు?

జ. **దశావతార వైష్ణాలయము**

2477. ఎల్లోరాలోని రాతి కట్టడము యొక్క ముఖ్య శైలి ఏది?

జ. **బౌద్ధ, జైన, హిందూ, శైలుల కలయిక**

2478. ప్రసిద్ధి చెందిన కైలాష్ గుడి ఎవరు కట్టించారు?

జ. **రాష్ట్రకూట రాజైన కృష్ణ 1**

2479. ఇతడు కట్టించిన దేవాలయంలో ఏ శైలిని అనుసరించాడు?

జ. **ద్రావిడ శైలిలో కట్టించినాడు**

2480. ద్రావిడ దేవాలయ శైలి ఏది?

జ. **విమానము, మండపము, నంది మండపము, గోపురం**

2481. ఈర్రన్ ఎచ్చట గలదు?

జ. **మధ్యప్రదేశ్‌లోని సాగర్ జిల్లాలో గలదు**

2482. ఈర్రన్ శాసనము దేనిని గురించి తెల్పుతున్నది?

జ. **'సతి' గురించి మరియు హూణుల దండయాత్ర గురించి**

2483. బొంబాయి దగ్గరగల ద్వీపము ఏది?

జ. **ఎల్లి ఫెంటా ద్వీపము**

2484. ఈ ద్వీపములో ముఖ్యమైనది ఏమిటి?

జ. **శివుడు రూపము కల్గిన త్రిమూర్తుల విగ్రహము**

2485. ఇది ఏ రాష్ట్ర ప్రభుత్వము యొక్క చిహ్నం?

జ. **మహారాష్ట్ర ప్రభుత్వము**

2486. 6వ శతాబ్దములోని గాంధారకు రాజధానులు ఏవి?

జ. **తక్షశిల, పెషావర్**

2487. ఇక్కడ ప్రసిద్ధి చెందిన మతము?

జ. **మహాయాన బౌద్ధమతము**

2488. 1012 **A.D.** లో రాజేంద్రచోళుని రాజధాని ఏది?

జ. **గంగైకొండ చోళపురం**

2489. గిర్నార్ ఎచ్చట గలదు?

జ. **గుజరాత్‌లోని జునాఘర్ దగ్గర**

2490. ఇక్కడ లభించిన మొదటి శాసనము ఏది?

జ. **రుద్రదాముని సంస్కృత శాసనము**

2491. హాతిగుంఫ ఎచ్చట గలదు?

జ. **ఉదయగిరి కొండలలో భువనేశ్వర్ దగ్గర. పూరి జిల్లాలో గలదు**

2492. ఇక్కడ ఉన్న శాసనము ఏది?

జ. **హాతిగుంఫ శాసనము - ఖారవేలుడు వేయించినాడు**

2493. ఇంద్రప్రస్త ప్రాంతమును ప్రస్తుతము ఏ ప్రాంతముగా భావిస్తున్నారు?

జ. **ఢిల్లీ నగరము**

2494. ఇంద్రప్రస్త నగరము 10వ శతాబ్దములో ఎవరు పాలించినట్లు తెలుస్తుంది?

జ. **పాండవులు**

2495. 1192 తరయిన్ యుద్ధము తరువాత ఎవరి ఆధీనంలో గలదు?

జ. **కుతుబుద్దీన్ ఐబక్**

2496. ఆర్యుల తెగలోనివారు ఎవరు?

జ. **పాంచాలి**

2497. పాంచాలుల రాజధాని?

జ. **కంపిలి**

2498. కాశీ నగరమునకు మరొక పేరు?

జ. **వారణాశి**

2499. కుశీ నగరం ఎక్కడ గలదు?

జ. **ఉత్తరప్రదేశ్‌లోని గోరఖ్‌పూర్ జిల్లా**

2500. కుశీ నగరము యొక్క ప్రాముఖ్యత ఏమిటి?

జ. **బుద్ధుడు మహాపరి నిర్వాణము పొందినాడు**

2501. ఆనాడు కుశీ నగరము యొక్క రాజధాని ఏది?

జ. **మల్ల**

2502. కుశీ నగరమును సందర్శించినవారు ఎవరు?

జ. **అశోకుడు మరియు ఫాహియాన్**

2503. ఉత్తరప్రదేశ్‌లోని గంగానదీ ప్రాంతములో గల నగరము?

జ. **కనూజ్**

2504. కనూజ్‌కు మరొక నామము ఏమిటి?

జ. **కన్య కుబ్జము**

2505. కౌశంబి నగరమును ఎక్కడ గుర్తించినారు?

జ. **అలహాబాదు దగ్గర 'కోశమా'**

2506. ఇక్కడ ఉన్న స్తంభము ఎవరి కాలము లోనిది?

జ. **అశోకుని కాలములోనిది**

2507. కన్హెరి ఎచ్చట గలదు?

జ. **థాణా జిల్లాలో (బొంబాయి సమీపములో)**

2508. కన్హెరిలోని బుద్ధ శాసనములు దేనిని గురించి తెల్పుతున్నాయి?

జ. **శకులు, శాతవాహనుల యొక్క మాతృ స్వామికము గురించి**

2509. కన్హెరి ఎవరి కాలములో బౌద్ధ కేంద్రము?

జ. **రాష్ట్రకూటుల కాలములో**

2510. దక్షిణ భారతదేశములో సముద్రగుప్తుడు నిర్మించిన పట్టణము?

జ. **కంచి**

2511. 7వ శతాబ్ద కాలములో కంచిని ఎవరు పాలించారు?

జ. **పల్లవ రాజులు**

2512. కంచిలో నరసింహవర్మ-2 కట్టించిన దేవాలయాలు ఏవి?

జ. **కైలాసనాథ మరియు వైకుంఠ పెరుమాళ్ దేవాలయములు**

2513. కంచి పట్టణాన్ని సందర్శించిన చైనా యాత్రికుడు ఎవరు?

జ. **యువాన్-చాంగ్**

2514. కంచి పట్టణము మొదట ఏ మతమునకు కేంద్రము?

జ. **జైన మతమునకు**

2515. చోళుల రాజధాని ఏది?

జ. **కావేరి పట్టణము**

2516. కావేరి పట్టణము మరొక వాడుక పేరు?

జ. **పూహర్**

2517. కావేరి పట్టణము ఏ కాలములో ముఖ్య రేవు పట్టణము?

జ. **సంగమ యుగములో**

2518. సంగమ యుగములో వ్రాయబడిన కావ్యము?

జ. **పట్టు పట్టు**

2519. మహాభారత యుద్ధము జరిగిన ప్రదేశము ఏది?

జ. **కురుక్షేత్రము**

2520. కురుక్షేత్రము ఎక్కడ గలదు?

జ. **థానేశ్వర సమీపములో ఉత్తర ఢిల్లీ ప్రాంతములో**

2521. మహాబళేశ్వరము ఎచ్చట గలదు?

జ. **మద్రాసుకు 65 కి.మీ. దూరములో గలదు**

2522. ఎవరి కాలములో ప్రసిద్ధ రేవు పట్టణము కలదు?

జ. **7వ శతాబ్దములో పల్లవుల కాలంలో**

2523. ఇక్కడ పల్లవుల శిల్పకళకు నిదర్శనము ఏది?

జ. **రథములు**

2524. పండుగల పట్టణముగ దేనిని పిలుస్తారు?

జ. **మధురై**

2525. మధురై పట్టణము యొక్క ప్రాముఖ్యత ఏమిటి?

జ. **ఇక్కడ అగస్తుని ఆధ్వర్యములో 3 సంగమ సభలు జరిగినవి**

2526. మధురై ఎవరి రాజధాని?

జ. **పాండ్యుల రాజధాని**

2527. ఇక్కడ ప్రసిద్ధమైన దేవాలయము ఏది?

జ. **మీనాక్షి దేవాలయము**

2528. మధురై నుండి ఏ ఏ దేశాలకు వ్యాపార సంబంధాలు కల్గి యున్నది?

జ. **రోమ్ మరియు గ్రీసు దేశాలకు**

2529. నాగార్జున కొండ ఎక్కడ గుర్తించబడినది?

జ. **కృష్ణలోయ ప్రాంతములో**

2530. ఇక్కడ ప్రసిద్ధమైన మతము ఏది?

జ. **బౌద్ధమతము**

2531. హిందూ దేవాలయ చిత్రాలశైలి మొదట ఎక్కడ కనబడుతుంది?

జ. **నాగార్జున కొండలో**

2532. క్రీ.పూ. 2వ శతాబ్దములో బౌద్ధ రాతి దేవాలయాలకు ప్రసిద్ధి చెందిన ప్రాంతము

జ. **నాసిక్**

2533. నాసిక్ మరోక పేరు?

జ. **గోవర్ధన**

2534. సహపాణుని నాణెములు అయిన 'జోగల తంబి' ఎక్కడ దొరికినవి?

జ. **నాసిక్‌లో**

2535. పైరాన్ ఎక్కడ కలదు?

జ. **మహారాష్ట్రలోని ఔరంగాబాదు జిల్లాలో**

2536. పైరాన్ ఎవరి రాజధాని?

జ. **శాతవాహనుల రాజధాని**

2537. పురషాపురం ప్రస్తుత నామము?

జ. **పెషావర్ (పాకిస్తాన్‌లో కలదు)**

2538. ఇది ఎవరి రాజధాని?

జ. **కుషాన్‌ల రాజైన కనిష్కుని రాజధాని**

2539. బౌద్ధ మతము ప్రసిద్ధి గాంచిన పట్టణము?

జ. **పురుషాపురం**

2540. ఇక్కడ ఏ ఏ దేశ వర్తకులు సమావేశము అయ్యేవారు?

జ. **చైనా మధ్య ఆసియా పర్షియా రోమ్**

2541. రాజగృహ ఎచ్చట గుర్తించబడినది?

జ. **బీహారులోని పాట్నా ప్రాంతములో**

2542. రాజగృహ ఎవరి రాజధాని?

జ. **మగధ రాజైన బింబిసారుడు మరియు అజాత శత్రువుల రాజధాని**

2543. రాజగృహలో జరిగిన సమావేశము ఎవరిది?

జ. **మొదటి బౌద్ధుల సమావేశము**

2544. సాంచికి గల ప్రాముఖ్యత ఏమిటి?

జ. **అశోకుని బౌద్ధ స్థూపము**

2545. సాంచి ప్రస్తుతము ఎక్కడ గుర్తించబడినది?

జ. **భోపాల్ ప్రాంతములో**

2546. వారణాశి దగ్గర గల ప్రసిద్ధ పట్టణము?

జ. **సారనాథ్**

2547. సారనాథ్‌కు గల ప్రాముఖ్యత ఏమిటి?

జ. **డీర్ పార్కులో బుద్ధుడు మొట్టమొదటగా ప్రసంగించినాడు**

2548. ఈ సంఘటనను ఏమని పిలుస్తారు?

జ. **'ధర్మచక్ర పరిభ్రమణ' అని పిలుస్తారు**

2549. ఇక్కడ నుండి ప్రభుత్వము తీసుకున్న చిహ్నం?

జ. **సింహము బొమ్మ**

2550. శ్రావస్తి ఏ దేశమునకు రాజధాని?

జ. **కోశల దేశమునకు**

2551. దీనిని దర్శించిన చైనా యాత్రికుడు ఎవరు?

జ. **ఫాహియాన్**

2552. శ్రావణ బెళగొళ ఎచ్చట గలదు?

జ. **కర్ణాటక రాష్ట్రము హసన్ జిల్లాలో**

2553. ఇక్కడ ప్రసిద్ధమైన విగ్రహము ఏమిటి?

జ. **గోమతేశ్వరుని విగ్రహము (58 అడుగులు)**

2554. ఈ విగ్రహము ఎప్పుడు ప్రతిష్ఠించబడినది?

జ. **980 A.D. లో**

2555. తామర లిప్తి ఎచ్చట గలదు?

జ. **బెంగాలులోని విధినీపూర్**

2556. తామర లిప్తి యొక్క ప్రాముఖ్యత?

జ. **అతి ప్రాచీన ఓడరేవు**

2557. భారతదేశములో అతి పెద్దదయిన ఎత్తైన దేవాలయము ఏది?

జ. **రాజరాజేశ్వరీ దేవాలయం**

2558. ఇది ఏ ప్రాంతములో గలదు?

జ. **తంజావురు**

2559. రాజరాజేశ్వరి దేవాలయము ఎత్తు ఎంత?

జ. **200 అడుగులు**

2560. ఈ దేవాలయము ఎవరి కాలములో కట్టబడినది?

జ. **9వ శతాబ్దములో చోళుల కాలములో**

2561. పుష్యభూతి వంశ రాజధాని ఏది?

జ. **స్థానేశ్వర్**

2562. స్థానేశ్వర్ ఏ ప్రాంతములో గలదు?

జ. **ఉత్తర ఢిల్లీ (హర్యానా)**

2563. స్థానేశ్వర్‌ను సందర్శించిన చైనా యాత్రికుడు ఎవరు?

జ. **యువాన్ - చాంగ్**

2564. 1014 A.D. లో ఎవరు ముట్టడించినారు?

జ. **మహమ్మద్ ఘోరీ**

2565. 1759లో ఇక్కడ మరాఠీలను ఓడించిన ముస్లిమ్ రాజు ఎవరు?

జ. **అహ్మద్ షా అద్మాలి**

2566. 6వ శతాబ్దములో ఉజ్జయిని రాజధాని ఏది?

జ. **అవంతి**

2567. ఉజ్జయిని ఏ ప్రాంతములో గలదు?

జ. **మధ్యప్రదేశ్‌లో**

2568. ఉత్తర మేరూర్ ఎచ్చట గలదు?

జ. **తమిళనాడు**

2569. ఉత్తర మేరూర్‌లో ఎన్ని శాసనములు దొరికినవి?

జ. **200 పైగా**

2570. ఈ శాసనములు ఎవరికి చెందినవి?

జ. **పల్లవులు మరియు చోళులకు సంబంధించినవి**

2571. ఇక్కడ శాసనముల వలన మనకు ఏ విధానము తెలియుచున్నది?

జ. **గ్రామ పరిపాలన విధానము గురించి**

2572. ఉత్తర మేరూర్ శాసనములో గ్రామాలు ఎన్నిగా విభజింపబడినవి?

జ. **మూడు విభాగాలుగా**

2573. వైశాలి ప్రాంతాన్ని ఎక్కడ గుర్తించారు?

జ. **ముజఫర్ జిల్లా (బీహారులో)**

2574. వైశాలిలో జరిగిన సభ ఏమిటి?

జ. **రెండవ బౌద్ధ సమావేశము**

2575. వైశాలి ఎవరి రాజధాని?

జ. **లిచ్ఛవుల రాజధాని**

2576. వేంగిని ఎక్కడ గుర్తించినారు?

జ. **ఆంధ్ర ప్రాంతములో**

2577. వేంగి ఎవరి రాజధాని?

జ. **చాళుక్యుల మరియు పల్లవుల**

2578. ఆగ్రా ఎచ్చట కలదు?

జ. **యమునానదీ తీరమున**

2579. ఇది ఎవరి రాజధాని?

జ. **సికిందర్ లోడి (1501లో)**

2580. ఇక్కడి ప్రసిద్ధ కట్టడాలు ఏమిటి?

జ. **ఇమద్-ఉద్-దేవుల మరియు తాజ్‌మహల్**

2581. ఔరంగబాదు అనే పేరు ఏ విధముగా వచ్చినది?

జ. **ఔరంగజేబు పేరు**

2582. ఇక్కడ ప్రసిద్ధమైనవి ఏమిటి?

జ. **ముస్లిం మతాచార్యుల సమాధులు (1624) నాటివి**

2583. అజ్మీర్ ఎచ్చట గలదు?

జ. **దక్షిణ జైపూరులో**

2584. అజ్మీర్ ఏ సరస్సు దగ్గర కలదు?

జ. **అన్న సాగర్ సరస్సు దగ్గర**

2585. అజ్మీర్ ఎవరు ఇష్టపడే ప్రాంతము?

జ. **మొఘలాయిలు**

2586. అజ్మీర్‌లో మొదటిసారిగా ఎవరు జహంగీర్‌ను కలుసుకున్నారు?

జ. **సర్ థామస్ రో**

2587. అజ్మీర్‌లో ఉన్న ప్రసిద్ధ ముస్లిం మతాచార్యుడు ఎవరు?

జ. **షేక్ మొయిద్దీన్ చిష్టి**

2588. అంబర్‌ను ప్రస్తుతం ఏ పేరుతో పిలువబడుతున్నది?

జ. **జైపుర్**

2589. అంబర్ ఏ కాలములో స్థాపించబడినది?

జ. **10వ శతాబద్దములో**

2590. ఇక్కడ జరిగిన ముఖ్యమైన సంఘటన ఏది?

జ. **అంబర్ రాజకుమార్తెను అక్బరు వివాహము చేసుకొనుట**

2591. 1530లో స్థాపించబడిన నిజాంషాహి రాజధాని ఏది?

జ. **అహమ్మద్ నగరు**

2592. అహమ్మద్‌నగర్‌లో అక్బరును ఎదుర్కొన్న రాణి ఎవరు?

జ. **చాంద్‌బీబీ**

2593. ఇక్కడ 1707లో మరణించిన మొగల్ చక్రవర్తి ఎవరు?

జ. **ఔరంగజేబు**

2594. అహ్మదాబాద్ ఎచ్చట గలదు?

జ. **గుజరాత్‌లో గలదు**

2595. ఇక్కడ నిర్మించబడిన మసీదు ఏది?

జ. **జుమ్మా మసీదు**

2596. ఎవరు ఈ మసీదును నిర్మించినారు?

జ. **1411లో అహమ్మద్ షా**

2597. 1422 ప్రాంతంలో బహమనీల రాజధాని ఏది?

జ. **బీదర్**

2598. బీజాపూర్ ఎప్పుడు నిర్మించబడెను?

జ. **1530 ప్రాంతంలో**

2599. బీజాపూర్ ఎవరి రాజధాని?

జ. **అదిల్ షాహిల రాజధాని**

2600. ఖిల్‌గ్రాం యొక్క ప్రాముఖ్యత ఏమిటి?

జ. **1640లో షేర్షా హుమాయూన్‌తో తలపడినాడు**

2601. బరోడాకు మరో నామము?

జ. **వరోదాద్**

2602. ఇక్కడ ప్రసిద్ధి చెందిన కట్టడము ఏమటి?

జ. **కీర్తి మందిరం**

2603. గుజరాత్‌లోగల ప్రసిద్ధ రేవు పట్టణము ఏది?

జ. **కాంబే**

2604. కాంబేలో నిర్మించబడిన కట్టడములు ఏమిటి?

 జ. **జుమ్మా మసీదు 1498లో**

2605. మలబారు తీరము యొక్క ముఖ్య రేవు పట్టణము ఏమిటి?

 జ. **కాలికట్**

2606. కాలికట్‌ను పాలించిన రాజు ఎవరు?

జ. **జమోరి**

2607. చందేరి ఎక్కడ గలదు?

 జ. **మధ్యప్రదేశ్‌లో**

2608. చందేరికిగల ప్రాముఖ్యత ఏమిటి?

జ. **బాబరునకు మేధినిరాయ్‌ల మధ్య 1528లో యుద్ధం జరిగినది**

2609. దేవగిరికి మరొక నామము ఏమిటి?

 జ. **దౌలతాబాదు**

2610. మొదట దేవగిరి ఎవరి రాజధాని?

జ. **యాదవరాజుల రాజధాని**

2611. ఫతేపూర్ సిక్రీ ఎక్కడ గలదు?

జ. **ఆగ్రా నుండి 23 కిలోమీటర్ల దూరంలో గలదు**

2612. దీనిని ఎవరు నిర్మించినారు?

జ. **1569లో అక్బరు నిర్మించినాడు**

2613. రాజా మాన్‌సింగ్ యొక్క కోట ఏది?

 జ. **గ్వాలియర్**

2614. 870 A.D. లో గల శాసనము ఏది?

 జ. **భోజదేవా శాసనము**

2615. భోజదేవా శాసనములో దేని గురించి ప్రస్తావించబడినది?

జ. **సున్నా గురించి తెలుపబడినది**

2616. ఇక్కడ ప్రత్యేమైన చిత్ర లేఖనం ఎవరిది?

జ. **రాజపుత్రులది**

రచనలు

2617. కౌటిల్యుడు రచించినది?

జ. **అర్థశాస్త్రము**

2618. అర్ధశాస్త్రము ఏ కాలములో రచించబడినది?

జ. **క్రీ.పూ. 300 సం॥లో**

2619. ఈ అర్ధశాస్త్రము ఏమి తెల్పుతుంది?

జ. **రాజ్యాంగ పద్ధతి, ఆర్ధిక, సాంఘిక అంశాలు**

2620. అష్టాధ్యాయికి మహాభాష్యము రచించినది ఎవరు?

జ. **పతంజలి**

2621. ఏ కాలములో రచించబడినది?

జ. **క్రీ.పూ. 180లో**

2622. కామందకీయ నీతి శాస్త్రమును రచించినది ఎవరు?

జ. **కామందకుడు**

2623. ఎప్పుడు రచించబడినది?

జ. **క్రీ.శ. 700లో**

2624. కామందకీయ నీతి శాస్త్రములో దేని గురించి నిర్వచించబడినది?

జ. **రాజధర్మాన్ని, ప్రజల బాధ్యతను**

2625. 12వ శతాబ్ధములో రచించబడిన సంస్కృత కావ్యము?

జ. **రాజతరంగిణి**

2626. రాజతరంగిణి ఎవరు రచించారు?

జ. **కల్హణుడు**

2627. క్రీ.శ. 4వ శతాబ్దములో రచించబడిన గ్రంథము?

జ. **దీప వంశము**

2628. షానామాను రచించింది?

జ. **ఫిరదౌసి**

2629. క్రీ.శ. 5వ శతాబ్దములో రచించబడిన గ్రంథము?

జ. **మహావంశము**

2630. మౌర్య శుంగ వంశాలు గురించి తెల్పు గ్రంథాలు ఏవి?

జ. **మహావంశము, దీపవంశము**

2631. హాలుడు రచించిన గ్రంథము?

జ. **గాధా సప్తశతి**

2632. గుణాఢ్యుడు రచించినది?

జ. **బృహత్కథ**

2633. కుతూహలుడు రచించిన కావ్యము?

జ. **లీలావతి**

2634. ప్రాచీన తమిళ గ్రంథము?

జ. **శిల్పాధికారము, మణిమేఖల**

2635. శిల్పాధికారము అనగా?

జ. **పతివ్రత కాలి అందె**

2636. మణి మేఖల అనగా?

జ. **వడ్డాణము**

2637. అగస్త్యుడు రచించిన వ్యాకరణము?

జ. **ఫెరగత్తియమ్**

2638. కవిరాజ మార్గము రచించినది ఎవరు?

జ. **అమోఘవర్షుడు**

2639. పంపకవి రచించినది?

జ. **విక్రమార్క విజయము**

2640. రాష్ట్రకూటుల కవి అయిన జనసేనుడు రచించినది?

జ. **ఆది పురాణము**

2641. భోజరాజు రచనలు ఏవి?

జ. **యుక్తికల్పతరువు సరస్వతీ కంఠాభరణము, రాజమార్తాండము**

2642. మాఘుని రచన ఏది?

జ. **శిశుపాల వధ**

2643. జయదేవుని రచనలు ఏవి?

జ. **గీత గోవిందా కావ్యము**

2644. భవభూతి రచనలు ఏవి?

జ. **ఉత్తరరామచరిత్రము, మాలతీ మాధవము, మహావీరచరిత్ర**

2645. విశాఖదత్తుని రచనలు ఏవి?

జ. **ముద్రా రాక్షసము, దేవీచంద్రగుప్తము**

2646. వైష్ణవ అద్వైతాన్ని చెప్పిన కృష్ణ మిశ్రుడి రచన ఏది?

జ. **ప్రబోధ చంద్రోదయం**

2647. రాజశేఖరుడు రచించిన ప్రాకృత నాటకము?

జ. **కర్పూర మంజరి**

2648. 'ధన్వాలోకము' రచించినది ఎవరు?

జ. **ఆనందవర్ధనుడు**

2649. కుంతకుడు రచించినది?

జ. **వక్రోక్తియే**

2650. ఇతడు ప్రతిపాదించిన సిద్ధాంతము?

జ. **కవిత్వానికి వక్రోక్తియే ఆత్మ అని ప్రతిపాదించాడు**

2651. ధనుంజయుని నాటకము ఏది?

జ. **దశరూపకము**

2652. జైన కవి అయిన హేమచంద్రుడు రచించినది?

జ. **కుమార పాలచరితము**

2653. బిల్హణుని రచనలు?

జ. **కర్ణ సుందరి, విక్రమార్క చరిత్రము**

2654. చంద్‌బర్‌దావ్ రచించిన హిందీ కావ్యము?

జ. **పృథ్వీరాజ్ రసో**

2655. క్రీ.శ. 959 సం॥ 'యస్సష్టిలక' రచించినది?

జ. **సోమదేవాసూరి**

2656. పావులూరి మల్లన్న రచించినది?

జ. **గణితసార సంగ్రహము**

2657. ఋగ్వేదమునకు భాష్యము రచించినది ఎవరు?

జ. **వెంకటమాధవుడు**

2658. కేశవస్వామి రచించిన నిఘంటువు?

జ. **నానార్ధనవ సంక్షేమము**

2659. జైన కవి అమిత సాగరుడు రచించిన కావ్యము?

జ. **మాప్పరుంగళం**

2660. జీవక చింతామణి రచించినది ఎవరు?

జ. **తిరుత్తక్కదేవా**

2661. హర్షుని రచనలు?

జ. **రత్నావళి, నగానందము, ప్రియదర్శిక**

2662. బాణభట్టు రచనలు?

జ. **హర్షచరిత్ర, కాదంబరీ**

2663. నాగార్జునుడు రచనలు ఏవి?

జ. **సుహృల్లేఖ**

2664. కాళిదాసు రచనలు ఏవి?

జ. **రఘువంశము, కుమారసంభవము, మేఘసందేశము**

2665. ఇతడి నాటకము లేవి?

జ. **శాకుంతలము, విక్రమోర్వశీయము, మాళవికాగ్ని మిత్రము**

2666. శూద్రకుడు రచించినది?

జ. **మృచ్ఛకటికం**

2667. సుభందు రచనలు ఏవి?

జ. **వాసవదత్త**

2668. అమర సింహుడు రచించినది?

జ. **అమరకోశము**

2669. హైంధవ తర్క శాస్త్రమునకు మూల పురుషుడు ఎవరు?

జ. **దిఙ్నాగుడు**

2670. 6వ శతాబ్దములో వాగ్భటుడు రచించినది?

జ. **అష్టాంగ సంగ్రహము**

2671. శర్వవర్మ రచించినది?

జ. **కాతంత్ర వ్యాకరణము**

2672. వాత్స్యాయనుడు రచించినది?

జ. **కామసూత్రములు**

2673. మత్త విలాసము రచించినది?

జ. **మహేంద్రవర్మ**

2674. యువాన్-చాంగ్ రచించినది.

జ. **సి-యూ-కీ**

2675. భారతీయ తర్క శాస్త్ర పితామహుడు ఎవరు?

జ. **దిజ్ఞాగుడు**

2676. సూర్య సిద్ధాంతమును ప్రతిపాదించినది?

జ. **ఆర్యభట్టు**

2677. పంచ తంత్రములను రచించినది ఎవరు?

జ. **విష్ణుశర్మ**

2678. న్యాయ భాష్యమును రచించినది?

జ. **వాత్సాయనుడు**

2679. నవరత్నమును రచించినది?

జ. **ధీరసేనుడు**

2680. రాజశేఖరుని రచనలు ఏవి?

జ. **కావ్య మీమాంస, బాల రామాయణం, బాల భారతం**

2681. పల్లవ మల్లుని గురించి తెల్పుతున్న గ్రంథము?

జ. **కలంబకము**

2682. గంగదేవి రచించిన ప్రసిద్ధమైన కావ్యము?

జ. **మధుర విజయం**

2683. పంప కవి రచనలు ఏవి?

జ. **పంప భారతం, విక్రమార్జున విజయం**

2684. కాకతీ రుద్రుడు రచించినది?

జ. **నీతి సారాంశము**

2685. నృత్యరత్నావళి అనే నాట్యశాస్త్ర గ్రంథకర్త ఎవరు?

జ. **జాయపసేనాని**

2686. ప్రతాపరుద్ర యశోభూషణం రచించినది?

జ. **విద్యానాథుడు**

2687. సారంగదేవుని రచన ఏది?

జ. **సంగీత రత్నావరము**

2688. మరాఠీ ఆదికవి అయిన ముకుందరాయ రచన ఏది?

జ. **వివేక సింధు**

2689. భగవద్గీతను వాద 'జ్ఞానేశ్వరీ' అనే పేర భాష్యం వ్రాసినది?

జ. **జ్ఞానదేవుడు**

2690. సంగీత సూర్యోదయము రచన చేసినది ఎవరు?

జ. **లక్ష్మీనారాయణ కవి**

2691. సంది తిమ్మన రచించినది?

జ. **పారిజాతాపహరణము**

2692. కృష్ణదేవరాయలు రచించిన గ్రంథము?

జ. **ఆముక్తమాల్యద**

2693. చెన్న బసవ పురాణమును రచించినది?

జ. **విరూపాక్ష పండితుడు**

2694. చిక్క దేవరాజ వంశావళిని రచించినది?

జ. **తిరుమల రాయలు**

2695. తిరుమలాంభి రచించిన గ్రంథము?

జ. **వరదాంబికా పరిణయం**

2696. ప్రౌఢ దేవరాయలు రచనలు ఏవి?

జ. **మహానాటక సుధానిధి**

2697. చమరసుడు రచన?

జ. **ప్రభువంశీలీలా**

2698. అజ్ఞాత నావికుడు రచించిన గ్రంథము?

జ. **పెరిప్లస్ ఆఫ్ ది ఎరిత్రియన్‌సి క్రీ.శ. 1వ శతాబ్దంలోనిది**

2699. ఆల్ బెరూనీ రచించినది?

జ. **కితాబ్-ఉల్-హింద్**

2700. జియుద్దీన్ బరనీ రచనలు ఏవి?

జ. **తారీబి ఫిరోజ్‌షాహి క్రీ.శ. 1351 సం॥లో**

2701. అమీర్‌ఖుస్రూ రచన ఏది?

జ. **తుగ్లక్ నామా**

2702. తారీని పెరిస్టా రచించినది ఎవరు?

జ. **పెరిష్టా**

2703. తుజ్ కి-ఇ-బాబరీ రచయిత ఎవరు?

జ. **బాబర్ (తుర్కిభాషలో)**

2704. హుమాయూన్ నామా రచయిత్రి ఎవరు?

జ. **గుల్ బదన్ దేశాయ్**

2705. అబుల్ ఫజిల్ వ్రాసిన గ్రంథము ఏది?

జ. **తారిఖ్-ఇ-హుమాయూన్**

2706. అక్బర్‌నామా రచించినది?

జ. **అబుల్ ఫజిల్ (పారిశీక భాషలో)**

2707. మొగోర్ చరిత్ర రచించినది ఎవరు?

జ. **మనూబి (ఇటలీ భాషలో)**

2708. ఐనీ అక్బరీ రచయిత ఎవరు?

జ. **అబుల్ ఫజిల్**

2709. తుజక్-ఇ-జహంగీర్ రచించినది ఎవరు?

జ. **జహంగీరు**

2710. లైలా మజ్ను వ్రాసినది ఎవరు?

జ. **అమీర్ ఖుస్రూ**

2711. సూర్‌దాసు రచనలు ఏవి?

జ. **సూర్ సరావళి, సాహిత్యరత్న సూర్‌సాగర్**

2712. సఫర్‌నామాను రచించినది ఎవరు?

జ. **ఇబన బటుటా**

ముఖ్యమైన యుద్ధములు

2713. పర్షియా రాజు సైరస్ భారతదేశము మీద ఎప్పుడు దండెత్తినాడు?

జ. **క్రీ.పూ. 558లో**

2714. భారత సైనికులు మొట్టమొదటగా విదేశములో చేసిన యుద్ధము?

జ. **థెర్మోపోలే యుద్ధము**

2715. అలెగ్జాండర్ భారతదేశముపై ఎప్పుడు దండెత్తినాడు?

జ. **క్రీ.పూ. 327లో**

2716. తళ్ళికోట యుద్ధము ఏ సంవత్సరములో జరిగింది?

జ. **క్రీ.శ. 1565 సం॥లో**

2717. అశోకుడు కళింగ రాజ్యముపై చేసిన యుద్ధము?

జ. **కళింగ యుద్ధము**

2718. మొదటి పానిపట్టు యుద్ధము ఎప్పుడు జరిగింది?

జ. **క్రీ.శ. 21-4-1526లో**

2719. చందేరీ యుద్ధము ఎప్పుడు జరిగింది?

జ. **క్రీ.వ. 1528 సం॥లో**

2720. చందేరీ యుద్ధము ఎవరి మధ్య జరిగింది?

జ. **బాబరునకు మేదీనీరాయ్‌నకు**

2721. గోగ్రా యుద్ధము ఎప్పుడు జరిగింది?

జ. **క్రీ.శ. 1529లో**

2722. గోగ్రా యుద్ధము ఎవరి మధ్య జరిగింది?

జ. **బాబరునకు సుల్తాన్ మహమ్మద్‌కు**

2723. చూనార్ యుద్ధము ఎప్పుడు జరిగింది?

జ. **1537లో**

2724. ఎవరి మధ్య చూనార్ యుద్ధము జరిగింది?

జ. **హుమాయూనునకు మహమ్మద్ జమన్ మీర్జనకు**

2725. చౌస యుద్ధము ఎవరి మధ్య జరిగింది?

జ. **హుమాయూన్‌కు షేర్‌షాకు**

2726. కనోజ్ యుద్ధము ఎప్పుడు జరిగింది?

జ. **క్రీ.శ. 1540 లో**

2727. ఎవరి మధ్య కనోజ్ యుద్ధము జరిగింది?

జ. **మొఘలాయిలకు ఆఫ్ఘనులకు మధ్య**

2728. రెండవ పానిపట్టు యుద్ధము ఎప్పుడు జరిగింది?

జ. **క్రీ.శ. 1556లో**

2729. పానిపట్టు యుద్ధము ఎవరి మధ్య జరిగింది?

జ. **అక్బరు మరియు హేమరాజ్ మధ్య**

2730. గోండ్వానా యుద్ధము ఎప్పుడు జరిగింది?

జ. **క్రీ.శ. 1564లో జరిగింది**

2731. గోండ్వానా యుద్ధము ఎవరి మధ్య జరిగింది?

జ. **రాణి దుర్గావతికి అక్బరుకు మధ్య**

2732. హల్దిఘాట్ యుద్ధము ఎప్పుడు జరిగింది?

జ. **క్రీ.శ. 18-6-1576లో**

2733. ఎవరి మధ్య సంగ్రామము జరిగింది?

జ. **అక్బర్‌నకు, రాణాప్రతాప్‌కు**

2734. ఖోద్ యుద్ధము ఎప్పుడు జరిగింది?

జ. **1707 సం॥లో**

2735. ఎవరి మధ్య జరిగినది?

జ. **తారాబాయికి సాహుకి మధ్య**

2736. మొదటి కర్ణాటక యుద్ధము ఎప్పుడు జరిగింది?

జ. **క్రీ.శ. 1746 నుండి 48 వరకు**

2737. ఎవరి మధ్య యుద్ధము జరిగింది?

జ. **ఆంగ్లేయులకు ఫ్రెంచివారికి మధ్య**

2738. మొదటి కర్ణాటక యుద్ధము ఏ సంధితో ముగిసింది?

జ. **ఇక్స్-లా చాపెల్**

2739. రెండో కర్ణాటక యుద్ధము ఎప్పుడు జరిగింది?

జ. **1749 నుండి 54 వరకు**

2740. మూడో కర్ణాటక యుద్ధము ఎప్పుడు జరిగింది?

జ. **1758 నుండి 63 వరకు**

2741. ప్లాసి యుద్ధము ఎప్పుడు జరిగింది?

జ. **క్రీ.శ. 1757లో జరిగింది**

2742. ఎవరి మధ్య ప్లాసి యుద్ధము జరిగింది?

జ. **ఆంగ్లేయులకు బెంగాల్ నవాబ్ సిరాజ్‌ద్దీలాకు**

2743. బాక్సర్ యుద్ధము ఎప్పుడు జరిగింది?

జ. **1764 సం॥లో**

2744. ఎవరి మధ్య బాక్సర్ యుద్ధము జరిగింది?

జ. **ఆంగ్లేయ సైన్యానికి, బెంగాల్ నవాబు మీర్ ఖాసింకు**

2745. మూడో పానిపట్టు యుద్ధము ఎప్పుడు జరిగింది.

జ. **1761 సం॥లో**

2746. ఎవరిమధ్య పానిపట్టు యుద్ధము జరిగింది?

జ. **అహ్మద్‌షా అబ్దాలీ, మరాఠీలకు మధ్య**

2747. ఆంగ్ల మైసూరు మొదటి యుద్ధం ఎప్పుడు జరిగింది?

జ. **1767 నుండి 69 వరకు**

2748. రెండో మైసూర్ యుద్ధము ఎప్పుడు జరిగింది?

జ. **1780 నుండి 84 వరకు**

2749. మూడో ఆంగ్ల మైసూర్ యుద్ధము ఎప్పుడు జరిగింది?

జ.   1789లో జరిగింది

2750. నాల్గవ ఆంగ్ల మైసూర్ యుద్ధము ఎప్పుడు జరిగింది?

జ.   క్రీ.శ. 1799 సం॥లో

2751. మొదటి మరాఠీ యుద్ధము ఎప్పుడు జరిగింది?

జ.   క్రీ.శ. 1775లో

2752. రెండో మరాఠీ యుద్ధము ఎప్పుడు ప్రారంభమైనది?

జ.   క్రీ.శ. 1803లో

2753. మొదటి సిక్కు యుద్ధము ఎప్పుడు జరిగింది?

జ.   క్రీ.శ. 1845లో

2754. రెండో సిక్కు యుద్ధము ఎప్పుడు జరిగింది?

జ.   క్రీ.శ. 1848లో

2755. మొదటి అఫ్ఘన్ యుద్ధము ఎప్పుడు జరిగింది?

జ.   క్రీ.శ. 1838లో మొదలు అయినది

2756. రెండో అఫ్ఘన్ యుద్ధము ఎప్పుడు జరిగింది?

జ.   క్రీ.శ. 1839లో

2757. మూడో అఫ్ఘన్ యుద్ధము ఎప్పుడు జరిగింది?

జ.   క్రీ.శ. 1919లో

ముఖ్యమైన మత, సాంఘిక కార్యకలాపాలు

2758. ఆత్మీయ సభ ఎప్పుడు స్థాపించబడినది?

జ.   క్రీ.శ. 1815లో

2759. ఎక్కడ స్థాపించబడినది?

జ.   కలకత్తాలో

2760. ఆత్మీయ సభ స్థాపించినవారు ఎవరు?

జ.   రాజా రామమోహన్‌రాయ్

2761. ఆత్మీయ సభ ముఖ్యోద్దేశ్యము?

జ.   హిందూమతములోని దుష్టశక్తులు పారద్రోలుట

2762. బ్రహ్మ సమాజము ఎవరు స్థాపించినారు?

జ.   రాజా రామమోహన్‌రాయ్, 1828 సం॥లో

2763. ఎక్కడ స్థాపించబడినది?

జ. **కలకత్తాలో**

2764. ధర్మ సభ ఎప్పుడు స్థాపించబడినది?

జ. **క్రీ.శ. 1829 సం॥లో**

2765. ఈ సమాజము ఎక్కడ స్థాపించినారు?

జ. **కలకత్తాలో**

2766. ధర్మ సభ యొక్క ముఖ్యోద్దేశ్యము ఏమిటి?

జ. **హిందూమతములో ఉన్న మూడనమ్మకాలను వ్యతిరేకముగా పోరాడటము**

2767. ధర్మ సభ స్థాపకులు ఎవరు?

జ. **రాధకాంత్ దేవ్**

2768. తత్త్వ బోధిని ఎప్పుడు ప్రాంభమైనది?

జ. **క్రీ.వ. 1839 సం॥లో**

2769. ఎక్కడ ప్రారంభించినారు?

జ. **కలకత్తా నగరములో**

2770. తత్త్వబోధిని స్థాపకుడు ఎవరు?

జ. **దేవేంద్రనాథ్ ఠాగూర్**

2771. తత్త్వబోధిని యొక్క ముఖ్యోద్దేశ్యము ఏమిటి?

జ. **రాజారామమోహన్‌రాయ్ యొక్క ఆశయాలు తెల్పుట**

2772. పరమహంస మండలి ఎప్పుడు స్థాపించినారు?

జ. **క్రీ.శ. 1849 సం॥లో**

2773. పరమహంస మండలి యొక్క ఆశయము లెవ్వి?

జ. **కులాలపై యున్న కట్టుబాటులపై ధ్వజమెత్తుట**

2774. రాధ సోమయ్య సాత్సంగ్ ఎప్పుడు స్థాపించబడినది?

జ. **1861 సం॥లో**

2775. దీని స్థాపకులు ఎవరు?

జ. **తులసీరామ్**

2776. దీనిని ఎక్కడ ప్రారంభించినారు?

జ. **ఆగ్రాలో**

2777. బ్రహ్మ సమాజము ఎప్పుడు స్థాపించబడినది?

జ. **క్రీ.శ. 1866 సం॥లో**

2778. ఈ సమాజము ఎక్కడ ప్రారంభించబడినది?

జ. **కలకత్తాలో**

2779. దీని స్థాపకులు ఎవరు?

జ. **కేశవ చంద్రసేన్**

2780. దీని అసలు పేరు ఏమిటి?

జ. **ఆదిబ్రహ్మ సమాజము**

2781. ప్రార్ధన సమాజమును ఎవరు స్థాపించినారు?

జ. **ఆత్మరామ్ పాండురంగ**

2782. ప్రార్ధన సమాజమును ఎక్కడ ప్రారంభించినారు?

జ. **బొంబాయిలో**

2783. ప్రార్ధన సమాజము ఏ సంవత్సరములో ప్రారంభించబడినది?

జ. **క్రీ.శ. 1867 సం॥లో**

2784. ఇందులో రానాడే ఎప్పుడు ప్రవేశించినాడు?

జ. **క్రీ.శ. 1870 సం॥లో**

2785. ప్రార్ధనా సమాజము యొక్క ముఖ్య ఆశయము ఏమిటి?

జ. **హిందూ మతంలో సంస్కరణలు చేయుట**

2786. ఆర్య సమాజము ఎప్పుడు స్థాపించినారు?

జ. **క్రీ.శ. 1875 సం॥లో**

2787. ఈ సమాజము ఎక్కడ స్థాపించబడింది?

జ. **బొంబాయిలో**

2788. ఆర్య సమాజము యొక్క ముఖ్య ఆశయాలు ఏమిటి?

జ. **హిందూ మత సంస్కరణ**

2789. ఈ సమాజ స్థాపకుడు ఎవరు?

జ. **స్వామి దయానంద సరస్వతి**

2790. థియోఫిసికల్ సొసైటి ఎప్పుడు స్థాపించినారు?

జ. **క్రీ.శ. 1875లో**

2791. ఈ సొసైటీ ఎక్కడ ప్రారంభమైనది?

జ. **న్యూయార్కులో**

2792. థియోఫిసికల్ సొసైటి స్థాపించినవారు ఎవరు?

జ. **బ్లోవెస్కి**

2793. సొసైటి యొక్క ఆశయములు ఏమిటి?

జ. **రాజకీయ సుస్థిరత, సోదర భావము కలగజేయుట**

2794. సదరన్ బ్రహ్మ సమాజం ఎక్కడ స్థాపించబడింది?

జ. **కలకత్తా నగరంలో**

2795. ఏ సంవత్సరములో ప్రారంభము అయినది?

జ. **1878 సం॥లో**

2796. సమాజము యొక్క స్థాపకులు ఎవరు?

జ. **ఆనంద మోహన్ బోస్, శివన్నాథశాస్త్రి**

2797. ఈ సమాజము యొక్క ఆశయము లెవ్వి?

జ. **సామాజిక మార్పు తెచ్చుట**

2798. దక్కన్ ఎడ్యుకేషన్ సొసైటీ ఎప్పుడు స్థాపించబడినది?

జ. **క్రీ.శ. 1884 సం॥లో**

2799. ఈ సొసైటి ఎక్కడ స్థాపించినారు?

జ. **పూనాలో**

2800. దక్కన్ ఎడ్యుకేషన్ సొసైటి ప్రారంభకులు ఎవరు?

జ. **G.G. అగార్క్**

2801. ఈ సొసైటి యొక్క ఆశయము లేమిటి?

జ. **విద్యా విధానంలో మార్పు కొరకు**

2802. భారత జాతీయ సోషియల్ ఎప్పుడు స్థాపించబడినవి?

జ. **క్రీ.శ. 1887లో**

2803. దీని ప్రధాన కేంద్రము ఏది?

జ. **బొంబాయి**

2804. భారత జాతీయ సోషియల్ సమాఖ్య ఎవరు స్థాపించినారు?

జ. **M.G. రానాడే**

2805. దేవా సమాజ్ స్థాపకులు ఎవరు?

జ. **శివనారాయణ అగ్నిహోత్రి**

2806. దేవా సమాజము ఎక్కడ స్థాపించబడినది?

జ. **'లాహోర్'లో**

2807. రామకృష్ణ సమాజము ఎక్కడ స్థాపించబడినది?

జ. **వేలూరు**

2808. ఈ సమాజము యొక్క వ్యవస్థాపకుడు ఎవరు?

జ. **స్వామి వివేకానంద**

2809. ఈ సమాజము యొక్క ఆశయము లేమిటి?

జ. **సంఘసేవ చేయుట**

2810. ఏ సంవత్సరములో ప్రారంభించినారు?

జ. **క్రీ.శ. 1897 సం॥లో**

2811. సర్వెంట్ ఆఫ్ ఇండియా సొసైటి ఎప్పుడు ప్రారంభించినారు?

జ. **క్రీ.శ. 1905లో**

2812. సర్వెంట్ ఆఫ్ ఇండియా సొసైటీ స్థాపకులు ఎవరు?

జ. **గోపాలకృష్ణ గోఖలే**

2813. ఈ సొసైటీ ఎక్కడ ప్రారంభమైనది?

జ. **బొంబాయిలో**

2814. ఈ సొసైటీ యొక్క ముఖ్యోద్దేశ్యము ఏమిటి?

జ. **మాతృభూమికి సేవలు చేయుట**

2815. పూనా సేవాసభ ఎప్పుడు ప్రారంభమైనది?

జ. **1909 సం॥లో**

2816. దీని ప్రారంభీకులు ఎవరు?

జ. **రాంబాయి రానాడే మరియు దేవార్క్**

2817. సభ యొక్క ఆశయాలు ఏమిటి?

జ. **మహిళా సంక్షేమము**

2818. సోషల్ సర్వీసు లీగ్ ఎప్పుడు ఏర్పడినది?

జ. **1911 సం॥లో**

2819. ఈ లీగ్ యొక్క నాయకుడు ఎవరు?

జ. **N.M. జోషి**

2820. ఈ లీగ్ ఎక్కడ స్థాపించబడినది?

జ. **బొంబాయి నగరంలో**

2821. సోషల్ సేర్వసు లీగ్ యొక్క ముఖ్య ఆశయాలు?

జ. **కూలిజనము యొక్క జీవనంను అభివృద్ధిచేయుట**

2822. సేవాసమితి ఎక్కడ ప్రారంభించినారు?

జ. **అలహాబాదులో**

2823. ఎప్పుడు స్థాపించినారు?

జ. **1914 సంవత్సరములో**

2824. సేనాసమితి ఎవరు ప్రారంభించినారు?

జ. **H.N. కుంజర్**

2825. ఈ సమితి యొక్క ఆశయాలు ఏమిటి?

జ. **విద్యయందు, పరిశుభ్రతయందు శిక్షణ ఇవ్వడం**

2826. సేనాసమితి బాలుర స్కౌట్ ఎవరు స్థాపించినారు?

జ. **శ్రీరామ్ బాజ్‌పాయ్**

2827. దీనిని ఎక్కడ ప్రారంభించినారు?

జ. **బొంబాయి నగరంలో**

2828. ఏ సంవత్సరములో స్థాపించినారు?

జ. **1914 సం॥లో**

2829. ఈ సంస్థ యొక్క ముఖ్యోద్దేశ్యము ఏమిటి?

జ. **పూర్తిగా భారత జాతీయత చేయుట**

2830. ఉమన్ ఇండియన్ అసోసియేషన్ ఎక్కడ ప్రారంభించబడినది?

జ. **మద్రాసు నగరములో**

2831. ఏ సంవత్సరములో ప్రారంభించినారు?

జ. **1923 సం॥లో**

2832. ఈ సంస్థ యొక్క ఉద్దేశ్యము ఏమిటి?

జ. **మహిళా సంక్షేమము**

2833. ఏ సంవత్సరము నుండి భారత మహిళా సభలు జరిపినారు?

జ. **1926 సం॥ నుండి**

2834. రాహూన్‌వైమధ్య సేవా సభ ఎవరు స్థాపించినారు?

జ. **దాదాబాయి నౌరోజీ, S.S. బెంగాల్**

2835. ఎప్పుడు ప్రారంభించినారు?

జ. **1851 సం॥లో**

2836. ఈ సభను ఎక్కడ ప్రారంభించినారు?

జ. **బొంబాయి నగరములో**

2837. ఈ సభ ముఖ్యోద్దేశ్యము ఏమిటి?

జ. **జొరాష్ట్రియన్ మతమును సంస్కరించుట, పారశీ మహిళలను అన్ని రంగాలలో ముందుంచటం**

2838. 'ధార్-ఉ-ఉల్' ఎప్పుడు ప్రారంభమైనది?

జ. **1866 సం॥లో**

2839. ఎవరు స్థాపించినారు?

జ. **మౌలానా అహమ్మద్, హుస్సేన్**

2840. ఈ సంస్థ యొక్క ఆశయాలు ఏమిటి?

జ. **ఇస్లాం మతమును అభివృద్ధిపరచుట, రాజకీయంగా చైతన్యం తెచ్చుట**

2841. 'నావాద్ద్-ఉల్-మల్' ఎక్కడ స్థాపించబడినది?

జ. **లక్నో నగరంలో**

2842. ఎప్పుడు స్థాపించినారు?

జ. **1894 సం॥లో**

2843. ఎవరు ఈ సంస్థను స్థాపించినారు?

జ. **మౌలానా సాహెబ్**

2844. ఈ సంస్థ యొక్క ఆశయాలు ఏమిటి?

జ. **ముస్లిం విద్యాసంస్కరణలు, మతాభివృద్ధి**

2845. హై-హథీస్ ఎక్కడ ప్రారంభించబడినది?

జ. **పంజాబులో**

2846. హై-హథీస్ యొక్క స్థాపకులు ఎవరు?

జ. **మౌలానా సయ్యద్ నాజిల్**

2847. మహారాష్ట్రలోని సాంఘిక మత సంస్కరణోద్యమం ఏది?

జ. **'లోకహితవాది'**

2848. లోకహితవాది యొక్క నాయకుడు ఎవరు.

జ. **గోపాల్ హరి దేశ్‌ముఖ్**

2849. మహ్మదీయ విద్యాసభ ఎప్పుడు ప్రారంభమైనది?

జ. **1886 సం॥లో**

2850. ఎక్కడ ఈ సభను ప్రారంభించినారు?

జ. **అలీఘుర్‌లో**

2851. ఈ విద్యాసభ స్థాపకుడు ఎవరు?

జ. **సయ్యద్ హమ్మద్‌ఖాన్ సోదరులు**

2852. 'బలి' అనగా?

జ. పన్నులు

2853. 6వ శతాబ్దములో పన్నులు వసూలుచేసేవారిని ఏమని పిలుస్తారు?

జ. భాగదుఘ, గ్రామభోజక

2854. మౌర్యుల కాలములో 'సన్నిధాత' అనగా?

జ. కోశాగారాధికారి

2855. రక్షక భటాధ్యక్షుడును ఏమని పిలుస్తారు?

జ. దరితవాలుడు

2856. ప్రతి గ్రామానికి సంబంధించిన లెక్కలు సేకరించడానికి నియమితుడైన వారు?

జ. 'గోపుడు'

2857. సమాహర్త అనగా?

జ. ఆదాయ శాఖకు ముఖ్య అధికారి

2858. గ్రామాధికారిని ఏమని పిలిచేవారు?

జ. గ్రామికుడు

2859. నగరపాలన బాధ్యత నిర్వహించేవాడు ఎవరు?

జ. నాగరికుడు

2860. అశోకుడు ధర్మబోధనలకు నియమించిన ప్రత్యేకాధికారి ఎవరు?

జ. ధర్మమహామాత్రులు

2861. గుప్తుల కాలములో కుమారామాత్యుడు అనగా ఎవరు?

జ. 'యువరాజుకు మంత్రి'

2862. విజయనగర కాలములో గ్రామ కార్యకలాపాలు చూసేది ఎవరు?

జ. 'పారుపత్యగారు'

2863. కాకతీయుల కాలములో జాగీర్దార్లను ఏమని పిలచేవారు?

జ. 'నాయంకరులు'

2864. సంధి విగ్రహి అనగా ఎవరు?

జ. విదేశీ రాజ్యాంగ మంత్రి

2865. మహామాత్యుడు అనగా ఎవరు?

జ. ఆర్థిక మంత్రి

2866. మహా ప్రచండ దండ నాయకులు అనగా?

జ. యుద్ధ మంత్రి

2867. ప్రాడ్వివాకుడు అనగా?

జ. న్యాయ మంత్రి

2868. మహమ్మద్ బీన తుగ్లక్ స్థాపించిన కొత్త వ్యవసాయ శాఖ ఏమిటి?

జ. దివాన్-ఇ-కోహి

2869. మొఘల్ కాలములో 'వకిల అనగా ఎవరు?

జ. రాజప్రతినిధి

2870. 'దివాన్' అనగా ఎవరు?

జ. మొఘలాయి కాలములో ఆదాయ వ్యయాలు, ఆర్థిక విధానాలు చేసేవారు

2871. మొఘలాయి కాలములో మీర్‌బక్షీ అనగా?

జ. జీతాలిచ్చే అధికారి

2872. ఖాన్-ఇ-సామాన అనగా ఎవరు?

జ. ఖురాన్ అనుసరించి న్యాయ పరిపాలన జరిగేలా చేసేవాడు

2873. మహతాసిఖ్ అనగా ఎవరు?

జ. నిషేధించిన పనులు ప్రజలు చేయకుండా చూచుట

2874. దారోడా-ఇ-టాప్‌కానా అనగా ఎవరు?

జ. మందుగుండు తయారు చేయడం, రాజకోట రక్షణాధికారి

2875. దారోగా-ఇ-దాకి చౌకి ఎవరు?

జ. తపాలాశాఖపై, గూఢచారి శాఖపై ఇతడు అధికారి

2876. 'దారోగా' అనగా ఎవరు?

జ. ఇతడు టంకశాలాధికారి

2877. 'మర్‌మాల్' అనగా ఎవరు?

జ. రాజముద్రికలపై సర్వాధికారి

2878. 'ముస్తాఫి' అనగా ఎవరు?

జ. జమా ఖర్చు పట్టికలపై తనిఖీ అధికారి (ఆడిటర్ జనరల్)

2879. 'నాజర్-ఇ-బుయతాత్' ఎవరు?

జ. సూపరింటెండెంట్

2880. 'ముష్రిష్' అనగా ఎవరు?

జ. రెవిన్యూ అధికారి

2881. 'మీర్ బహ్రి' అనగా ఎవరు?

జ. **నౌకాధికారి**

2882. 'మీర్ బర్' అనగా ఎవరు?

జ. **అటవీ శాఖాధికారి**

2883. 'మీక్వా-ఇ-నోవిస్' అనగా ఎవరు?

జ. **వార్తా సమీకర్త**

2884. మీర్ అర్జ్ అనగా ఎవరు?

జ. **చక్రవర్తికి వచ్చే వినతి పత్రాలు చూసే అధికారి**

2885. 'మీర్ మంజిల్' అనగా ఎవరు?

జ. **సరుకుల ధరలు నిర్ణయించే అధికారి**

2886. మీర్ లోజల్ ఎవరు?

జ. **ఉత్సవాలపై అధికారి**

2887. 'మీర్ బరి' అనగా ఎవరు?

జ. **జంతుశాలలపై అధికారి**

2888. 'ఖానా సాలార్' అంటే ఎవరు?

జ. **రాజ వంటశాలాధికారి**

2889. 'సుబేదార్' అనగా ఎవరు?

జ. **సుభాకు అధికారి**

2890. 'వాక్యా నోవిస్' అనగా ఎవరు?

జ. **రాష్ట్రాలలో కేంద్రముచే నియమించబడిన ఉద్యోగి**

2891. మెగస్తనీస్ భారతదేశమునకు ఎప్పుడు వచ్చినాడు?

జ. **క్రీ.పూ. 315 సం॥లో**

2892. ఎవరి ఆస్థానములో ఉన్నాడు?

జ. **చంద్రగుప్త మౌర్యుడి ఆస్థానములో**

2893. ఎవరి రాయబారిగా చంద్రగుప్తుని ఆస్థానమునకు వచ్చినాడు?

జ. **సెల్యూకస్ నికేటార్ రాయబారిగా వచ్చినాడు**

2894. ఫాహియాన భారతదేశమును ఎప్పుడు సందర్శించెను?

జ. **క్రీ.శ. 401-11 వరకు**

2895. ఎవరి కాలములో భారతదేశాన్ని సందర్శించినాడు?

జ. **రెండో చంద్రగుప్తుని కాలంలో**

2896. చైనా దూతగా భారతదేశాన్ని సందర్శించినది ఎవరు?

జ. **హుయాన్‌త్సాంగ్**

2897. ఏ కాలములో వచ్చినాడు?

జ. **క్రీ.శ. 657 సం॥లో**

2898. ఇత్సింగ్ ఎప్పుడు భారతదేశాన్ని సందర్శించినాడు?

జ. **క్రీ.శ. 671-695 సం॥ మధ్య**

2899. ఇతడు గడిపిన విశ్వవిద్యాలయము ఏది?

జ. **నలందాలో**

2900. ప్రసిద్ధ మధ్య ఆసియా పండితుడెవరు?

జ. **అల్బెరూని**

2901. ఇతడు ఎప్పుడు భారతదేశాన్ని సందర్శించినాడు?

జ. **క్రీ.శ. 1030 సం॥లో**

2902. ఎవరి సైన్యముతోపాటు భారతదేశమునకు వచ్చినాడు?

జ. **మహ్మద్ ఘజనీ సైన్యంతోబాటు**

2903. మర్కోపోలో ఏ దేశ యాత్రికుడు?

జ. **వెనిస్**

2904. ఏ కాలములో భారతదేశాన్ని సందర్శించినాడు?

జ. **క్రీ.శ. 1288-93 మధ్యలో**

2905. ఏ రాజ్యాన్ని సందర్శించినాడు?

జ. **పాంద్య రాజ్యమును**

2906. భారతదేశమును సందర్శించిన మొరకో యాత్రికుడు ఎవరు?

జ. **ఐబన్ బటూటా**

2907. భారతదేశమును ఐబన్ ఏ కాలములో సందర్శించినాడు?

జ. **క్రీ.శ. 1330-1347 మధ్యలో**

2908. బటూటా ఎవరి కాలములో భారతదేశమునకు వచ్చెను?

జ. **మహ్మద్ బీన్ తుగ్లక్ కాలంలో**

2909. ఆల్‌వసూది భారతదేశాన్ని ఎప్పుడు సందర్శించినాడు?

జ. **క్రీ.శ. 957 సం॥లో**

2910. నికోలోకాంటి ఎవరి కాలములో భారతదేశాన్ని సందర్శించినాడు?

జ. **దేవరాయల కాలంలో క్రీ.శ. 1420లో**

2911. కాంటి ఏ దేశస్థుడు.

జ. **ఇటలీ యాత్రికుడు**

2912. రెండో దేవరాయల కాలములో వచ్చిన విదేశీ యాత్రికుడు ఎవరు?

జ. **అబ్దుల రజాక్ 1443లో**

2913. రజాక్ ఏ దేశస్థుడు?

జ. **పర్షియా రాయబారి**

2914. బహమనీ రాజ్యమును పర్యటించిన రష్యా వర్తకుడు ఎవరు?

జ. **అధానేసియన నిటికిన్**

2915. నిటికిన్ బహమనీ రాజ్యాన్ని సందర్శించిన కాలము ఏది?

జ. **క్రీ.శ. 1470 నుండి 74 వరకు**

2916. మొట్టమొదటగా కాలు పెట్టిన క్రైస్తవ మత ప్రచారకుడు ఎవరు?

జ. **సెంట్ థామస్**

2917. కృష్ణదేవరాయల కాలములో సందర్శించిన వ్యాపారి?

జ. **డామింగో పేస్**

2918. ఇతడు ఏ దేశస్థుడు?

జ. **పోర్చుగీసు వర్తకుడు**

2919. పేస్ రాయలను ఎప్పుడు దర్శించినాడు?

జ. **క్రీ.శ. 1520 కాలంలో**

2920. పెర్నాస్ న్యూవిజ్ ఎవరు?

జ. **పోర్చుగీసు గుర్రముల వ్యాపారి**

2921. ఇతడు రాయలను సందర్శించిన కాలము?

జ. **క్రీ.శ. 1535-37 మధ్యలో**

2922. బర్బోసా ఎవరు?

జ. **రాయల కాలంలో భారతదేశాన్ని సందర్శించిన పోర్చుగీసు వ్యాపారి**

బిరుదులు

2923. అమిత్రఘాత అన్న బిరుదు కల్గిన రాజు ఎవరు?

జ. **బిందుసారుడు**

2924. అశోకుని బిరుదులు ఏవి?

జ. **దేవానాంప్రియ మరియు ప్రియదర్శి**

2925. రెండవ అశోకునిగా పిలువబడినది ఎవరు?

జ. **కనిష్కుడు**

2926. ఖారవేలుని బిరుదములేవి?

జ. **కళింగాధిపతి, కళింగ చక్రవర్తి**

2927. దక్షిణాపదపతి అనే బిరుదము కలిగిన శాతవాహన రాజు ఎవరు?

జ. **మొదటి శాతకర్ణి**

2928. గౌతమీపుత్ర శాతకర్ణి యొక్క బిరుదములు ఏవి?

జ. **ఏక బ్రాహ్మణ, క్షత్రియదర్మానమర్ధన, త్రినముద్రలోయ పితవాహన, ఆగమనిలయ**

2929. హాలుని బిరుదము లేవి?

జ. **కవి వత్సలుడు**

2930. వాకాటక రాజైన ప్రవరసేనుని బిరుదము లేవి?

జ. **ప్రవీర, సామ్రాట్**

2931. పల్లవ రాజైన వీరకుర్చవర్మ బిరుదు లేమిటి?

జ. **బప్ప భట్టారకుడు**

2932. శివస్కంధవర్మ బిరుదము?

జ. **ధర్మమహారాజాధిరాజ**

2933. పరమేశ్వర అన్న బిరుదు పొందిన పాండ్య రాజు ఎవరు?

జ. **నెడుంజెలియన్**

2934. ఇండియన్ నెపోలియన్‌గా పిలువబడిన గుప్త రాజు?

జ. **సముద్రగుప్తుడు**

2935. రెండో చంద్రగుప్తుని బిరుదము?

జ. **పరమ భాగవత, శకారి, నహసాంకా, విక్రమాదిత్య**

2936. మహేంద్రాదిత్య బిరుదము కలిగిన గుప్త రాజెవరు?

జ. **ఒకటో కుమార గుప్తుడు**

2937. స్కంధగుప్తుని బిరుదము లేమిటి?

జ. **విక్రమాదిత్య**

2938. హర చరిత్ర ప్రభాక వర్ధమని ఏమని తెల్పుతున్నది?

జ. **'హూణ హరిణ కేసరి'**

2939. హర్షుని బిరుదము లేవి?

జ. **శిలాదిత్య, పరమ మహేశ్వరా**

2940. కృష్ణదేవరాయలు బిరుదము లేమిటి?

జ. యువరాజ్య స్థాపనాచార్య

2941. బాబరు యొక్క బిరుదములు ఏమిటి?

జ. మీర్జా మరియు పాదుషా, కలందర్

2942. బాబరు పూర్తి పేరు ఏమిటి?

జ. జహిరుద్దీన్ బాబరు

2943. హుమాయూన్ పూర్తి నామము ఏమిటి?

జ. నాసీరుద్దీన్ మహ్మద్ హుమయూన్

2944. షేర్‌షా అసలు పేరు ఏమిటి?

జ. ఫరీద్

2945. ఫరీదు బిరుదము ఏమిటి?

జ. షేర్‌ఖాన్

2946. అక్బరు పూర్తిపేరు ఏమిటి?

జ. జలాల్ ఉద్దీన్ మహ్మద్ అక్బరు

2947. 'కాంబేరాజు' గా ఎలిజబెత్ ఎవరిని పిలిచినది?

జ. అక్బరును

2948. జహంగీర్ అసలు పేరు ఏమిటి?

జ. సుల్తాన మహ్మద సలీమ్

2949. జహంగీర్ బిరుదము?

జ. నూరుద్దీన్ మహ్మద్, జహంగీర్, పాదుషా ఘాజీ

2950. షాజహాన్ అసలు పేరు?

జ. ఖుర్రం

2951. ఖుర్రం బిరుదములు ఏవి?

జ. 'అబ్దుల్ ముజఫర్ షిహబుద్దీన్ మహమ్మద్ సాహిబ్ ఖరాన్‌పాని షాజహాన్, పాదుషా ఘాజీ

2952. ఔరంగజేబు పూర్తి పేరు?

జ. మొహి–ఉద్దీన్ మహమ్మదు ఔరంగజేబు

2953. ఔరంగజేబు బిరుదములు?

జ. 1) బహదూర్ 2) అబుల్ ముజఫర్ ఔరంగజేబు బహదూ ఆలంగీర్ పాదుషా ఘాజీ

2954. శివాజి బిరుదము ఏమిటి?

జ. **ఛత్రపతి**

2955. రామమోహనరాయ్‌నకు రెండో అక్బర్ పాదుషా ఇచ్చిన బిరుదు ఏమిటి?

జ. **'రాజా'**

2956. 'తిలక్' బిరుదము ఏమిటి?

జ. **లోకమాన్య**

2957. అబ్దుల్ గఫార్‌ఖాన బిరుదు?

జ. **సరిహద్దు గాంధి**

2958. సుభాష్ చంద్రబోసు బిరుదు?

జ. **నేతాజీ**

2959. లాలా లజపతిరాయ్ బిరుదము ఏమిటి?

జ. **'పంజాబు కేసరి'**

2960. గాంధీ బిరుదములు?

జ. **మహాత్మా, బాపూజీ, జాతిపిత**

2961. నెహ్రూ బిరుదములు?

జ. **చాచా, పండిట్**

2962. సరోజినాయుడు బిరదు.

జ. **భారత కోకిల**

2963. గాంధీజీ పూర్తి పేరు?

జ. **మోహన్‌దాస్ కరమ్‌చంద్ గాంధీ**

ముఖ్యమైన కట్టడాలు

2964. ప్రాచీన శిలాయుగపు పనిముట్లు ఎక్కడ లభించినవి?

జ. **పల్లవరం**

2965. అమరావతి శిల్ప విశేషము?

జ. **శాతవాహనుల సాంఘిక జీవనాన్ని తెలియజేయుచున్నది**

2966. గౌతమీపుత్ర శాతకర్ణి నిర్మించినది ఏమిటి?

జ. **సాంచి స్థూప దక్షిణ తోరణమును**

2967. శాతవాహనులు నిర్మించిన చైత్యములు విహారములు ఏవి?

జ. నాసిక్, కన్‌కోరీ, కార్లి, భజ

2968. తోరణ స్తంభములు ఎవరివి?

జ. **కాకతీయ శిల్ప కళలో ముఖ్యమైన శిల్పము**

2969. ఓరుగల్లును నిర్మించినది ఎవరు?

జ. **కాకతీ వంశములోని వాడైన రెండవ ప్రోలరాజు**

2970. మొదటి మహేంద్రవర్మ నిర్మించినవి ఏమిటి?

జ. **పంచపాండవ రథములు (మహాబలిపురంలోని)**

2971. లేపాక్షిలో ఉన్న విజయనగర రాజుల శిల్పకళలో ముఖ్యమైనది?

జ. **బసవన్న శిల్పము**

2972. కళ్యాణ మండప రీతులు ఎవరి కాలములోనివి?

జ. **విజయనగర రాజుల కాలమునాటివి**

2973. హనుమకొండ నిర్మాత ఎవరు?

జ. **బేతరాజు**

2974. షోర టెంపుల్ నిర్మాత ఎవరు?

జ. **రెండో నరసింహవర్మ**

2975. మహమ్మదీయ యుగములో భారతీయ కళా పద్ధతిని ప్రవేశపెట్టింది ఎవరు?

జ. **సూర్ యుగములో**

2976. పురాన్ ఖిల్లా నిర్మించినది ఎవరు?

జ. **షేర్‌షా**

2977. జహంగీర్ కాలములో అన్నిటికన్నా ముఖ్యమైనది?

జ. **ఇత్-మాదా-ఉద్-దౌలా గోరి**

2978. అక్బర్ కాలములో ముఖ్యమైన కట్టడములు.

జ. **ఆగ్రా, ఢిల్లీ, గ్వాలియర్, ధాన్‌పూర్ దర్వాజాలు ముఖ్యమైనవి**

2979. షాజహాన్ నిర్మాణములలో ముఖ్యమైనవి?

జ. **ఢిల్లీలోని ఎర్రకోట మరియు తాజ్‌మహల్**

2980. ఏ కట్టడమునకు బౌద్ధ విహార లక్షణములు కనబడుతాయి?

జ. సికింద్రాలోని అక్బరు ఘోరీకి

ఆధునిక నాయకుల రచనలు

2981. అంబేద్కర్ యొక్క రచన ఏది?

జ. **ఇండియా థాట్స్ ఆన్ పాకిస్తాన్**

2982. అబుల్ కలామ్ యొక్క రచన ఏది?

జ. **ఇండియా విన్ ఫ్రీడమ్**

2983. అరవిందఘోష్ యొక్క రచన?

జ. **లైఫ్ డివైన్**

2984. సత్యార్థ ప్రకాష్ రచయిత ఎవరు?

జ. **స్వామి దయానంద సరస్వతి**

2985. మహాత్మగాంధీ రచనలు ఏవి?

జ. **మై ఎక్స్‌పీరియన్స్ విత్ ట్రూత్, ది వేటూ కమ్యూనల్ హార్మోని**

2986. ఆన్ హ్యాపి ఇండియా రచయిత ఎవరు?

జ. **లాలా లజపతిరాయ్**

2987. సరోజినీనాయుడు రచనలెవ్వి?

జ. **ది సాంగ్ ఆఫ్ ఇండియా**

2988. జవహర్‌లాల్ నెహ్రూ గ్రంథము లెవ్వి?

జ. **డిస్కవరీ ఆఫ్ ఇండియా, ఏ బంచ్ ఆఫ్ లెటర్స్**

2989. ది వార్ ఆఫ్ ఇండిపెండెంట్ రచయిత ఎవరు?

జ. **యు.డి. సావార్కర్**

2990. రవీంద్రనాథ్ ఠాగూర్ రచనలు ఏవి?

జ. **గీతాంజలి, గోరా, పోస్టాఫీసు, జనగణమణ**

2991. Hindu view of life రచించినది ఎవరు?

జ. **సర్వేపల్లి రాధాకృష్ణ రచించినాడు**

2992. డా॥ రాజేంద్రప్రసాద్ రచించినది?

జ. **భారత్ విభజన**

2993. స్వామి రామతీర్థ రచించినది?

జ. **మై స్ట్రగుల్ ఇన్ ది ఉడ్స్ ఆఫ్ గాడ్**

2994. గీతా రహస్యమును రచించినది ఎవరు?

జ. **బాలగంగాధర తిలక్**

2995. 'పావర్టి ఆన్ బ్రిటిషు రూల్ ఇన్ ఇండియా' ఎవరు రచించారు?

జ. **దాదాబాయి నౌరోజీ**

2996. ప్రణాళికాబద్ధ ఆర్థిక వ్యవస్థ అనే పుస్తకమును రచించినది?

జ. **సర్ మోక్షగుండ విశ్వేశ్వరయ్య**

మత ప్రచారకులు

2997. రామానుజుని కాలము ఏది?

జ. **1017 నుండి 1137 వరకు ప్రతిపాదించినది. "విశిష్టాద్వైతము"**

2998. మధ్వాచార్యుల కాలము ఎప్పుడు?

జ. **1199 నుండి 1278 వరకు ప్రతిపాదించినది. "భక్తి ముక్తి మార్గము"**

2999. రామానందుడు ఎవరి శిష్యుడు?

జ. **రాఘవేంద్రుని**

3000. కబీరు కాలము ఏది?

జ. **1398 నుండి 1518 వరకు ప్రతిపాదించినది "హిందూ-ముస్లిమ్ సఖ్యత".**